हे बंध रेशमाचे

(तीन अंकी नाटक)

रणजित देसाई

मेहता पब्लिशिंग हाऊस

✆ +91 020-24476924 / 24460313

Email : info@mehtapublishinghouse.com
production@mehtapublishinghouse.com
sales@mehtapublishinghouse.com

Website : www.mehtapublishinghouse.com

- *या पुस्तकातील लेखकाची मते, घटना, वर्णने ही त्या लेखकाची असून त्याच्याशी प्रकाशक सहमत असतीलच असे नाही.*

HE BANDH RESHMACHE by RANJEET DESAI

हे बंध रेशमाचे : रणजित देसाई / नाटक

© मधुमती शिंदे / पारु नाईक

मराठी पुस्तक प्रकाशनाचे हक्क मेहता पब्लिशिंग हाऊस, पुणे.

प्रकाशक : सुनील अनिल मेहता, मेहता पब्लिशिंग हाऊस,
१९४१, सदाशिव पेठ, माडीवाले कॉलनी, पुणे – ४११०३०.

अक्षरजुळणी : गार्गी वर्डवर्ल्ड, पुणे

मुखपृष्ठ : चंद्रमोहन कुलकर्णी

प्रकाशनकाल : १९७४ / १९८४ / ऑगस्ट, २०१३ /
पुनर्मुद्रण : जून, २०१७

P Book ISBN 9788184985061
E Book ISBN 9789386175670
E Books available on : play.google.com/store/books
www.amazon.in

ज्यांच्यामुळे मी नाटककार बनलो
ते माझे स्नेही
बाळकृष्ण ऊर्फ बाप्पा शिरवईकर
यांस स्नेहादरपूर्वक

पथ जात धर्म किंवा नातेही ज्या न ठावे
ते जाणतात एक प्रेमास प्रेम द्यावे
हृदयात जागणाऱ्या अतिगूढ संभ्रमाचे
तुटतील ना कधीही हे बंध रेशमाचे!

विसरून जाय जेव्हा माणूस माणसाला
जाळीत ये जगाला विक्राळ एक ज्वाला
पुसतात डाग तेही धर्मांध आक्रमाचे
तुटतील ना कधीही हे बंध रेशमाचे!

क्षण एक पेटणारे हे युद्धवेड आहे
देहाहुनी निराळी रक्तास ओढ आहे
तीर्थाहुनी निराळे पावित्र्य संगमाचे
तुटतील ना कधीही हे बंध रेशमाचे!

हे बंध रेशमाचे ठेवी जपून जीवा
धागा अतूट हाच प्राणात गुंतवावा
बळ हेचि दुर्बळांना देती पराक्रमाचे
तुटतील ना कधीही हे बंध रेशमाचे!

व्यावसायिक रंगभूमीवर आलेलं 'तानसेन' हे माझं पहिलं नाटक; पण प्रथम प्रयोगातच ते पडलं. साफ कोसळलं. त्यानंतर माझ्या मनानं नाट्यलेखनाची भीती घेतली. 'तानसेन'नंतर मी परत नाट्यक्षेत्रात पाऊल टाकीन असं वाटलं नव्हतं; पण बेळगावच्या वरेरकर नाट्य संघाचे संस्थापक व माझे स्नेही बाळकृष्ण ऊर्फ बाप्पा शिरवईकर यांनी मला परत नाट्यलेखनाला प्रवृत्त केलं. वरेरकर नाट्य संघासाठी मला नाटके लिहावी लागली.

वरेरकर नाट्य संघासाठी लिहिलेल्या 'कांचनमृग' या नाटकाला महाराष्ट्र राज्याचे नाट्यलेखनाचे प्रथम पारितोषिक मिळाले. त्यानंतर 'वारसा', 'धन अपुरे', 'पांगुळगाडा' ही नाटके मी वरेरकर नाट्य संघासाठी लिहिली. या कालखंडात माझे स्नेही श्री. मोहन वाघ यांचा नाटकासाठी आग्रह चालू होता. त्या स्नेहासाठीच मी 'हे बंध रेशमाचे' नाटक लिहायला घेतले.

हे नाटक लिहीत असता, माझे मित्र श्री. राजा मराठे व सौ. सुधा मराठे या पती-पत्नींचे व श्री. मामा सामंत यांचे प्रोत्साहन अखंड मिळत राहिले. बाप्पा शिरवईकर, शंकर कुलकर्णी, दौलत मुतकेकर हे मित्र टीकाकार बनले. एका स्नेह्याचा तर आवर्जून उल्लेख करावयास हवा. श्री. वसंतराव देशपांडे यांनी हे नाटक निर्दोष व्हावे, म्हणून सतत परिश्रम घेतले. एवढेच नव्हे, तर या नाटकातील श्रीकांतची भूमिका त्यांनी माझ्या आग्रहाखातर आनंदाने स्वीकारली. संगीताची जबाबदारी जितेंद्र अभिषेकींसारख्या संगीत-अभ्यासू दिग्दर्शकाने उचलली. कवयित्री शांताबाई शेळके यांनी या नाटकातील गीते लिहिली. जितेंद्र अभिषेकी यांच्या मनाजोगी गीते लिहीत असता शांताबाईंना खूप कष्ट सहन करावे लागले. श्री. वसंतराव देशपांडे, जितेंद्र अभिषेकी, शांताबाई शेळके, प्रा. मधुकर तोरडमल ही सारी पूर्वपरिचित मित्रमंडळी. या नाटकाच्या निमित्ताने आम्ही एकत्र आलो. हे नाटक यशस्वी करण्यासाठी एका भावनेने राबलो. ते दिवस आठवण्यात सुख आहे. त्या दिवसांची आठवण सदैव राहील. या नाटकाच्या यशाचा वाटा त्यांचा आहे.

व्यावसायिक रंगभूमीवरील माझे यश पाहावयास दोन मित्र हवे होते. नाना हेरवाडकर व शाहीर द. ना. गव्हाणकर; या मित्रांची जीवनात उणीव भासते.

ज्या कलावंतांनी हे नाटक यशस्वी केले व ज्या रसिकांनी व टीकाकारांनी या नाटकाचं कौतुक केलं त्यांचा मी ऋणी आहे.

कोवाड, ३ एप्रिल, १९७४ — **रणजित देसाई**

अंक पहिला

प्रवेश पहिला

पडदा उघडण्यापूर्वी चाललेल्या पार्श्वसंगीतासमवेत नाटकाचे नाव, सादरकर्ते, पात्रे यांचा परिचय घडतो. पडदा उघडतो, तेव्हा श्रीकांतच्या हवेलीचे दर्शन घडते. दिवाणखाना सजलेला आहे. बिछायत मांडलेली आहे. भिंतीलगत तानपुरा उभा आहे. बिछायतीवर पानाचा डबा, मुरादाबादी पिकदाणी. दिवाणखान्याची सजावट किंचित मोगली आहे. रंगमंचाच्या डाव्या भिंतीवर देव्हारा दिसतो आहे. पडदा उघडतो, तेव्हा लक्ष्मी सामानाची आवरा-आवर करताना दिसते. वयस्क बन्सी तिला मदत करीत आहे.

लक्ष्मी : बन्सी, तानपुरा तसाच उघडा आहे. त्याला गवसणी घाल.

बन्सी : हवा सर्द नाही म्हणून ठेवला होता उघडा.

लक्ष्मी : *(खिन्नपणे हसते.)* बन्सी, माणसाचं जीवन या तानपुऱ्यासारखंच असतं बघ. वतन, घरदार, सगेसोयरे यांच्या उबाऱ्यातच माणूस जगतो. ही गवसणी नसली, तर जीवन गंजून जायला फारसा वेळ लागत नाही.

बन्सी : हे तानपुरे उद्याच न्यायचे?

लक्ष्मी : ते मागे ठेवून कसं चालेल बाबा? एकवेळ जीव मागे ठेवून जगता येईल; पण गळ्यातला सूर मागे ठेवून जाता येणार नाही. सारी बांधाबांध झालीय ना?

बन्सी : जी. फक्त देव राहिलेत.

लक्ष्मी : *(नि:श्वास सोडते.)* तो आधार! आता त्याच्याखेरीज दुसरा कोणाचाही आधार नाही. जायच्या वेळीच देव हलवू. घर सोडायचं झालं,

की माणसाला फार थोडं नेता येतं बघ. एका वस्तीतनं दुसऱ्या वस्तीला घर बदललं, तरी मन भिऊन जातं. मग जोडलेले शेजारी सोडून दुसऱ्या ठिकाणी जायचं. कुणास माहीत कसला शेजार मिळेल तो आणि आता घरदार, वतन सोडून जायचं. पिढ्यान् पिढ्या या लाहोरात गेल्या. आता कुठं ठिकाणा लागेल कुणास ठाऊक.

जायचे इथूनि दूर
काहूर मनी
दाटे नयनांत पूर ।।
जुळलेल्या तारांतून
हो जीवन मधूर गीत
भंगुनिया साज आज
कोसळला सूर सूर ।।

(दारावर टकटक होते. बन्सी दार उघडतो. श्रीकांत प्रवेश करतो.)

लक्ष्मी : लवकर आलात?

श्रीकांत : कधी तिथून निघतो, असं झालं.

लक्ष्मी : का?

श्रीकांत : लक्ष्मी, आपल्या माणसांचा निरोप घेणं सोपं असतं होय *(नि:श्वास सोडतो.)*

लक्ष्मी : आणि अमीरभय्या आले नाहीत?

(त्याच वेळी अमीर प्रवेश करतो. हातात हार घेतलेले असतात.)

अमीर : *(मान तुकवून)* बंदा हाजिर है, भाभी!

लक्ष्मी : *(हसते. हारांकडे बघत)* हे हार कसले? निरोप यांना झाला, की तुम्हाला?

अमीर : ते काही विचारू नका, भाभी! गाणं याचं व्हावं, तानपुरे आम्ही आणावेत. ते ओझं आम्ही पेलावं. रिवाजच आहे हा!

श्रीकांत : आता संपले ते कष्ट. यापुढे तो त्रास व्हायचा नाही.

अमीर : *(गंभीर बनतो.)* श्रीऽऽ

श्रीकांत : अरे, थट्टेनं म्हटलं. आज मन ठिकाणावरच नाही. आज पाहिलं नाहीस तू. खाँसाहेबांच्या इथं खाँसाहेबांनी ती चीज म्हणायला

सांगितली; पण गळ्यातून सूर उमटायला कठीण गेलं. मला निरोप देण्यासाठी जमलेल्या साऱ्या मित्रांच्या डोळ्यांत अश्रू...

अमीर : श्री...

(त्याच वेळी दारातून उमर आत येतो.)

अमीर : या बरखुदार! भाभी, हे आमचे शागीर्द. सारी मैफल खतम झाल्यावर आले आहेत हजिरी लावायला.

उमर : जी नहीं. मी स्टेशनवर गेलो होतो. तेथून खाँसाहेबांकडे गेलो; पण चुकामूक झाली.

अमीर : तेच बेटा, तेच! नशिबातच ही चुकामूक लिहिलीय ना! तू तरी काय करणार? गाणं शिकायला माझ्याकडे आला. गंडा बांधला, - आणि आवाज गेला. गाणं सुटलं, पण शागिर्दी सरली नाही. सारीच चुकामूक.

श्रीकांत : उमर, त्याचं काही ऐकू नको. त्याचं डोकं आज ठिकाणावर आहे कुठे? नशीब तुझं; आवाज आधीच गेला ते. नाही तर यांच्या उस्तादीनं फाटलाच असता. खरं ना?

उमर : *(अनवधानाने बोलून जातो)* जी!

(सारे हसतात. अमीर वळतो. उमरकडे रोखून बघतो.)

अमीर : क्या कहा? जी! बदतमीज! उस्तादकी बेइज्जत करता है? कान पकड. ऊठ!

(उमर गडबडीने कान पकडतो. सारे हसतात.)

अमीर : उमर, स्टेशनवर गेला होतास ना?

उमर : जी!

अमीर : काम झालं?

उमर : जी! दरोगासाहेब भेटले. त्यांनी तिकिटं दिलीत. सकाळी कुणाला तरी लवकर पाठवून जागा अडवायला सांगितलं आहे.

अमीर : हां, हां! मालूम आहे. श्री आता काळजीचं कारण नाही. तिकिटं मिळाली म्हणजे निम्मं काम फत्ते!

श्रीकांत : मी तोच विचार करतो आहे.

अमीर : कसला विचार?

श्रीकांत : आज खाँसाहेबांच्याकडे सारे जमा झाले होते ते कशासाठी?

अमीर : कशासाठी म्हणजे! तुला निरोप देण्यासाठी. तू जाणार म्हणून!

श्रीकांत	:	हो ना! दोस्त, या लाहोरात सारी उमर घालवली. एवढ्या वर्षांत किती माणसं जोडली, हे आज समजलं. एवढा आधार पाठीशी असताना नुसत्या कल्पनेच्या भीतीनं निर्वासित बनायचं?
अमीर	:	*(उद्वेगाने)* मग मला तिकिटं कशाला काढायला सांगितली?
श्रीकांत	:	*(निर्विकारपणे)* परत करून टाक.
अमीर	:	ऐकलंत, भाभी? तुम्ही तरी काही सांगा याला.
श्रीकांत	:	काही सांगायची गरज नाही. देश दुभंगला, म्हणून माणसं दुभंगत नाहीत. अमीर, या लाहोरचा हरएक मोहल्ला पायाखालचा. अंगवळणाचा. वाटेवाटेवर किती आठवणी विखुरल्या आहेत. शेजारच्या दर्ग्यातून उठणारी भल्या पहाटेची अजाँ रियाजात वेगळाच सूर भरते. संध्याकाळी पान जमवून चालायला लागलं, की गाताना चीज खुलत जावी ना, तशी समोरची वाट उलगडत जाते ठिकाणापर्यंत. हा मुलूख आपला. माणसं आपली. हे सारं सोडून जायचं कुठं? करायचं काय? - नाही. काय वाटेल ते होवो, मी हे वतन सोडून कुठं जाणार नाही.
लक्ष्मी	:	कशाच्या बळावर? काय घडतं हे पाहता ना? सकाळी उठून बघावं, तर मोहोल्ल्यातलं एखादं कुटुंब उठून गेलेलं. त्या घराला लागलेली मोहोर बघितली, की जिवाचा थरकाप होतो. एवढी हिंदू कुटुंबं मोहोल्ल्यात होती. आता आपल्याखेरीज किती राहिलीत? न सांगता, न कळवता ती चूपचाप कुठं गेली?
श्रीकांत	:	हं! निर्वासितांना कुठला ठिकाणा? त्यांना मिळते ती फक्त वाट. त्या वाटेनं का जायचं? पूर आला म्हणून का कोणी गाव सोडतं?
अमीर	:	भय्या! जेव्हा बांध फुटतो ना, तेव्हा पाणी अडवायला एक फत्तर पुरा पडत नाही.
श्रीकांत	:	एक फत्तर का? हजारो, लाखो फत्तर गोळा होतील. अरे, आपल्याला कसली भीती! नुसत्या जातीनं का लोक आपल्याला ओळखतात? तसं असतं, तर जातपात विसरून आज एवढी माणसं मला निरोप द्यायला गोळा झाली नसती. आपण कलावंत. आपली जात तीच. आता येताना कोपऱ्यावर पानाच्या ठेल्यापाशी थांबलो. हुसेनमियाँ काही बोलला नाही. नेहमीसारखी बातचीत केली नाही. पान तयार करून दिलं आणि म्हणाला -

आज मुष्कील था संभालना हय दोस्त
तू मुसीबतमें अजब याद आया...

गळ्यातलं पान गळ्यातच राहिलं. डोळे मात्र अकारण भरून
आले.

- ही का परकी माणसं?

लक्ष्मी : कोण म्हणतं परकी? ते आपले होते; पण त्या नात्याला काही
अर्थ राहिला नाही. या हवेलीत सारे गोळा व्हायचे. गाणी
व्हायची. इमाम मोहोल्ल्याच्या दर्ग्यात तुम्हीसुद्धा सेवेला बसायचे;
पण ते आता राहिलंय का? या हवेलीची वर्दळ चूपचाप का
थांबली?

श्रीकांत : लक्ष्मी!

अमीर : भय्या, ही भाभी म्हणते ना, ते अगदी खरं आहे. तुला निरोप
द्यायला सारे आले होते. साऱ्यांचे डोळे पाण्याने भरले होते;
पण कोणी, 'राहा, राहा,' म्हटलं का? माझीसुद्धा ती हिंमत
राहिली नाही. कसला बुरा जमाना आला आहे. अरे, याच
समाजात आम्हा कलावंतांची कलेचे कदरदान म्हणून चाहा
होत असे. एका रात्रीत सारा जमाना पालटला. माणसांनी
माणसांना विसरावं आणि नुसत्या मातीशी रिश्ता बांधावा!
अजब है!

श्रीकांत : (लक्ष्मीकडे व अमीरकडे हताशपणे पाहतो.) सारंच ठरलेलं
दिसतं, पण लक्षात ठेवा. जी माणसं वतनाशी बेइमान होतात
ना, त्यांना या जगात ताठ मानेनं जगता येणार नाही. त्यांनाच
निर्वासित म्हणतात.

लक्ष्मी : पण जगता तरी येतं ना?

श्रीकांत : ठीक आहे. जाऊ. लक्ष्मी, हे काही आपल्याला नवीन नाही.
बैठकीत एक राग आळवला, की पाठोपाठ दुसरा म्हणावा
लागतो. पहिल्याची सारी सुरावट विसरून दुसऱ्याची जोखीम
पत्करावी लागते. त्यात रंगावं लागतं. आपण असं समजू, की
जीवनातल्या मैफलीतला एक राग संपला! आता दुसरा सुरू
करू. आपल्या मुलखात परकेपणा आला, आता परमुलखात
आपलेपणा हुडकायला हवा. (त्याच वेळी आतून श्यामा बाहेर
येते. अमीर, श्रीकांत यांच्याकडे पाहते आणि एकदम अमीरकडे
झेपावते.)

श्यामा : आब्बाऽऽ

श्रीकांत : बेटी, काय करीत होतीस?

श्यामा : सगळं सामान तसंच पडून आहे. अजून मी काही भरलं नाही.

अमीर : अरे व्वा! बेटी, काय-काय सामान आहे?

श्यामा : *(गाल फुगवते.)* आब्बा! आई भारी वाईट्ट आहे. माझी बाहुली घेऊ देत नाही.

श्रीकांत : जरूर घे, बेटी! तू काही ऐकू नको तिचं. बाहुली मागं ठेवून कुणी जातं का?

श्यामा : *(आठवल्यासारखे करून)* माझा खाऊ?

अमीर : विसरलो बेटी! साफ विसरलो.

(श्यामा अमीरजवळून उठते. जाऊ लागते. अमीर मिष्कीलपणे हसत हाक मारतो. तोवर त्याने खिशातून पुडा काढलेला असतो.)

अमीर : बेटी, मिठाई है! चलेगी?

(श्यामा मागे वळून पाहते. आश्चर्यचकित होते. अमीरला बिलगते. अमीर तिला जवळ घेतो.)

अमीर : बोल, बेटा. तू कुणाची? माझी, का (श्रीकांतकडे बघत) याची?

(श्यामा आळीपाळीने दोघांकडे पाहते.)

श्यामा : *(अमीरला)* तुमची!

श्रीकांत : अमीर, माया लावणं सोपं. निभावणं भारी कठीण! छातीशी लपेटलेली मुलं भारी तापदायक बनतात.

अमीर : जा बेटी, जा. बांधाबांध करनेकी है न?

(श्यामा मिठाईचा पुडा घेऊन हसत निघून जाते.)

माणसाला जिंदगीभर असंच राहता आलं असतं, तर किती बरं झालं असतं!

लक्ष्मी : अमीरभय्या! एवढी मुलांची आवड आहे, तर शादी का करत नाही?

अमीर : शादी? और मैं? तेवढं सांगू नको, भाभी!

श्रीकांत : याला सांगून काही उपयोग नाही. मला माहीत आहे तो का लग्न करीत नाही ते.

लक्ष्मी : का, सांगा तरी!

अमीर : श्रीऽऽ

श्रीकांत : याचं दिल तुटलं आहे.

लक्ष्मी : आणि ती मुलगी कुठं आहे?

श्रीकांत : तिची शादी होऊन ती बच्चेवालीसुद्धा बनली; पण आमचे दोस्त घायाळ ते घायाळच!

लक्ष्मी : पण बिघडलं कशात?

श्रीकांत : कशात बिघडलं? सांगतो. याची मलिका-ए-आलम केव्हा तरी चिकाच्या पडद्याआड येऊन उभी राहिली होती. सज्जात. बेसावधपणे आणि तिचं दर्शन या अलिजाँना घडलं. रस्त्यावरून. बस्स! यांचा दिल एकदम घायाळ झाला आणि मग काय? तानांचा रियाज व्हावा, तशा मोहोल्ल्यातून यांच्या चकरा सुरू. वर्षे लोटली. हे रस्त्यावर, ती पडद्याआड. आणि एके दिवशी यांच्या मलिका-ए-आलमची शादी झाली. यांच्याशी नव्हे, दुसऱ्याशी. पुढचा मामला एकदम साफ. याचं पुढचं आयुष्य एकदम उजाड बनलं. शायरी बाकी राहिली. विचार हवं तर!

अमीर : अरे दोस्त, असं घडतं, म्हणून तर उर्दू शायरीला विरहाचा एवढा साज चढला. हा पर्दा नसता, तर जग एका अलौकिक काव्याला मुकलं असतं.
निकल आ पर्देसे तुझे जलवे पिन्हाकी कसम है।
हम न देखेंगे हमे दिदे हयाकी कसम है।
आमच्या बाबतीत असंच घडलं. ती जेव्हा पडद्याबाहेर आली, तेव्हा तिचं दर्शन आम्हाला वर्ज्य होतं. दोस्त, असं झालं, म्हणून फारसं काही बिघडलं नाही. दिल टूटनेसे थोडीसी तकलीफ तो हुयी। लेकिन तमाम उम्रको आराम हो गया!
(हुंदक्यांचा आवाज होतो. अमीर वळून पाहतो. उमर हुंदके देत असतो. अमीर जवळ जातो.)

अमीर : अरे, रडतोस का? काय झालं?
(उमर जास्तच हुंदके देतो.)

अमीर : अरे, सांग ना! दर्द माझा आणि तुझ्या डोळ्यांत आँसू! एवढी नजाकत वाढली केव्हा? *(उमर नकारार्थी मान हलवतो.)*

उमर : खाँसाहेब, माझंही असंच झालं.

अमीर : आँ?

उमर : सच कहता हूँ! माझंही असंच झालं. मीपण शेर बांधला होता.

अमीर : (हसू आवरीत) नंतर रड; पण आधी शेर सांग.

उमर : मी शेर बांधला होता...

अमीर : हां हां! सांग ना!

उमर : दिल दिया था उसे माशूक समझकर...

अमीर : व्वा! बोल.

उमर : दिल दिया था उसे माशूक समझकर
खा गयी साली पान समझकर...

अमीर : व्वा बेटे, व्वा! काय शेर बांधलात!
दिल दिया था उसे माशूक समझकर
खा गयी साली पान समझकर...
व्वा बेटे, व्वा! तुझ्या एका शेरानं अख्ख्या उर्दू शायरीचा दिमाख उतरला बघ. व्वा!

(सारे हसत असतात. उमर खिशातून रुमाल काढीत असता त्याच्या खिशातून एक वस्तू बाहेर पडते. ती पाहताच तो जीभ चावतो. गडबडीने ती वस्तू उचलून श्रीकांतच्या हातात देतो.)

श्रीकांत : काय हे?

उमर : माफी चाहता हूँ! सराफकट्ट्यातून येताना आपल्या जव्हेऱ्यांनी हे दिलं. विसरलो होतो.

(श्रीकांत हसतो)

श्रीकांत : नशीबही अजब आहे. सहा महिन्यांपूर्वी नबाबांच्याकडे गाणं झालं होतं. हजार रुपये बिदागी मिळाली होती. त्या वेळी तुझ्यासाठी सोन्याच्या बांगड्या करायला टाकल्या होत्या. आजवर मिन्नत करून बांगड्या मिळाल्या नाहीत आणि जेव्हा वतन, घरदार सोडून जायची वेळ आली, त्याच वेळी या बांगड्या घरी येत आहेत.

लक्ष्मी : मग त्यात वाईट काय? सोन्याच्या पावलांनी घरी येणाऱ्या सौभाग्यलेण्याचा आनंद तुम्हाला कळायचा नाही. अगदी नेमक्या वेळी या बांगड्या घरी आल्या.

श्रीकांत : आता यापुढे अशाच शकुनाच्या आधारावर जगायचं आहे.

अमीर : भय्याऽऽ

श्रीकांत : जाऊ दे. अमीर, आज जीव अगदी पार थकून गेला आहे.

अमीर : भय्या, उद्या सकाळी लवकर आपल्याला स्टेशनवर जायला हवं. तिकिटं मिळाली म्हणून जागा मिळेलच, असं म्हणता येणार नाही. प्रत्येक गाडीचे डबेच नव्हे, तर गाडीचे माथेदेखील माणसांनी फुलून गेले आहेत. स्टेशनची छावणी बनली आहे.

श्रीकांत : जाऊ दे रे. सारं होऊन जाईल. त्याची छेड आता काढू नको. *(श्रीकांत चीजेचे तोंड गुणगुणतो.)* 'रैन की बातऽ ऽ'

श्रीकांत : अमीर, आज खाँसाहेबांनी नेमकी हीच चीज म्हणायला सांगितली, पण मनात सूर असूनही उमटले नाहीत. अमीर, ती चीज गा ना!

अमीर : अभी?

श्रीकांत : हां, अभी! उद्या जायच्या आधी मला ऐकू दे ती. तेवढ्या आठवणीवर खूप जगता येईल. उम्रभर ते सूर मनात तरळावेत, असं गा.

(अमीर गाऊ लागतो. गाता-गाता मध्येच श्रीकांतचे सूर त्यात मिसळतात. भान विसरून श्रीकांत गात असतो.)

रैन की बात मैं कासे कहूँ?
सजनी ऐसो रसियासंग
जागे रस जागे
ऐसो बनरा मिले है रंगीले
जैसे सोनेमें सुहागा।।

> **सजन बिन कैसे भई हूँ निरास**
> **अतही दिन रैन छिनछिन**
> **जियाके बैन कासे समझाऊँ**
> **जोबन जात जियाकी ये बात**
> **सास ननंद कहत बौरानी ।।**

(गाणे संपते. अमीर भारावून श्रीकांतला मिठी मारतो.)

अमीर : श्री, एका उस्तादाकडे आपण गाणं शिकलो; पण फरक तो फरकच राहिला. तुझं गाणं ऐकत राहावंसं वाटतं. केवढा रसीला आवाज! अल्लाची देणगी, तिला जोड कुठली?

श्रीकांत : नाही अमीर. अरे, पंचमाला षड्जाची जोड असल्याशिवाय सप्तसुरांचा तानपुरा वाजेल कसा? मैत्रीच्या जोडाशिवाय जीवनात

गंमत नाही. त्याशिवाय साज जुळत नाही. बोलत नाही. *(भारावतो.)* अमीर, तुमची निरोप द्यायची तऱ्हाच अजब आहे. अरे, अत्तर-गुलाब करायचा, म्हणून एवढं अत्तर अंगाला फासायचं? जादा सुगंधसुद्धा माणसाचं मन कासावीस करून सोडतो. राजा, थोडं थांब. कपडे बदलून येतो. त्यानं तरी हा सुगंध कमी होतो का बघतो. *(श्रीकांत भरकन आत निघून जातो. लक्ष्मीच्या डोळ्यांत अश्रू उभे राहतात. ती डोळ्यांना पदर लावते. ते पाहून अमीर म्हणतो.)*

अमीर : भाभी, कलिजावर फत्तर घ्यायला हवा. मुष्कीलीनं तो जायला राजी झाला आहे. तुमच्या डोळ्यांतले आसू त्यानं पाहिले, तर कष्टानं उभे केलेले त्याच्या मनाचे बांध पार कोसळून जातील. (बाहेर बक्षीच्या खाकरण्याचा आवाज ऐकू येतो. लक्ष्मी व अमीर दोघे चमकून त्या दिशेकडे बघतात. दारातून बक्षी आत येतो. बक्षी वयस्क आहे. पांढरी दाढी, जाड भुवया, पायांत मुसलमानी विजार. अंगावर कशिद्याची फत्तू, डोक्यावर वेलबुट्टी काढलेली मलमली टोपी. असा त्याचा वेष आहे. किंचित बाक काढून हातातल्या स्फटिकमाळेचे मणी ओढीत तो सावकाश हवेली निरखतो. लक्ष्मीकडे पाहतच म्हणतो.)

बक्षी : अदाबत भाभी! अदाबत!

(लक्ष्मी एक पाऊल मागे सरकते. नमस्कार करते.)

अमीर : कोण, बक्षीचाचा? आइये, आइये!

बक्षी : सलामत रहो बेटे! बेटा, ही मंडळी उद्या हिंदोस्तानला जाणार, म्हणून ऐकलं. खरं?

अमीर : जी.

बक्षी : ते ऐकलं. भारी सदमा पोहोचला. वाटलं, साऱ्यांना भेटून यावं. श्रीकांतभय्या कुठं आहे?

अमीर : आहे आत. येईल एवढ्यात.

बक्षी : *(लक्ष्मीस)* बेटी, कुठं जायचं ठरलं?

लक्ष्मी : देवाला ठाऊक! जावं लागणार एवढं खरं!

बक्षी : बेटी, तो अल्ला मोठा रहेमदिल आहे. हिंदोस्तान कलावंतांची कदर करणारा देश आहे. तिथे कोणाच्याही दरबारात राजगवई म्हणून मानानं राहता येईल. फिकीर तुमची वाटत नाही. वाटते ती आमची.

लक्ष्मी : जी?

बक्षी : तुम्ही गेल्यावर या मोहोल्ल्याची मिजास निघून जाईल. श्रीकांतभय्यासारखा दिलदार रसीला मालिक या हवेलीला मिळणं मुष्कील!

लक्ष्मी : आपलं घरदार सोडून जायची का कुणाला हौस असते?

बक्षी : हां मै मानता हूँ! झाडाचं पान गळून पडलं, तरी जमीं गाठताना चक्कर काटतं. मग बोलून चालून इन्सान...

लक्ष्मी : पानानं किती जरी चक्कर काटली, तरी ते फांदीला परत थोडंच चिकटणार? एकदा थारा सुटला की सुटला. कायमचा!

बक्षी : मालिक तो. तो करील ते खरं. बेटी, या सफेद केसांनी खूप जमाना पाहिला. अनेक झगमगलेल्या रात्री आणि काळोखे दिवस या डोळ्यांनी पाहिले. नबाबापुढे ताठ असलेली हीच ताठ कमर अल्लापुढे झुकली. उमर निघून गेली, पण याद पक्की राहिली. तुझ्या सासऱ्याचे चाचा शंकरजी, त्यांनी ही हवेली बांधली. आपल्या हरीपूरच्या वतनावरून नेहमी ते लाहोरला यायचे. बीन छेडण्यात त्यांचा हात धरणारा कोणी नव्हता. रात झाली, या हवेलीची चिरागदाने पेटली, की तिला जाग यायची. लोहबानच्या मस्त सुगंधानं ती धुंद बनायची आणि पायलच्या झणकाऱ्याने जागी झालेली ही हवेली पहाटेपर्यंत सुरांत डुंबून जायची. बेटी, आदत, रिवाज आस्मानाच्या बिजलीसारखी धरतीवर उतरत नाही. ती पाण्यातल्या कमळासारखी फुलते. या हवेलीतल्या मैफलीचा असर श्रीकांतभय्यांच्या गळ्यात उतरला म्हणूनच खानदानी गायकीत त्यानं आपलं नाव रौशन केलं. या हवेलीचा गुण आहे तो.

लक्ष्मी : आता या हवेलीचा मोह धरून चालणार नाही.

बक्षी : पण ती सलामत राहते, एवढं तरी पहाल की नाही?

लक्ष्मी : आम्ही गेलो, म्हणून ती ढासळणार आहे थोडीच?

बक्षी : तसं नाही. कुणातरी फालतू माणसांच्या हाती गेली, तर काय चीज होणार? माझ्यासारख्या पाक माणसाच्या हाती हवेली सुपूर्द केली, तर तिची इज्जत, शान...

लक्ष्मी : बक्षीसाब, मला यातलं काही कळत नाही. आपण त्यांना किंवा या अमीरभाईंना विचारा. या देण्याघेण्याच्या गोष्टी आम्हा बायकामाणसांना काय कळणार?

बक्षी	:	देणं-घेणं कसलं? भाभी, मी ही हवेली विकत मागत नाही. ते दिवस गेले. तुमच्या माघारी कोणीतरी हवेलीचा कब्जा करणार, त्यापेक्षा मी इथे राहिलो, तर...
लक्ष्मी	:	हवेली आमची. तिचा कबजा कोण घेणार?
बक्षी	:	(हसत) हवेलीत बसून ते कळायचं नाही भाभी. जरा लाहोरच्या रस्त्यांवरून चक्कर काटा. या मोहोल्ल्यातली जी घरे मोकळी झाली, ती कुणी विकत घेतली? चीजवस्तू घेऊन जायला मिळतं, हेच पुष्कळ समजतात ते. त्यापेक्षा कोणी जास्त मागत नाही.
अमीर	:	बक्षीसाब, जरा सबुरीनं घ्या. या हवेलीत अजून वस्ती आहे. आपल्यासारख्या पडोसी म्हणवून घेणाऱ्यांनं असं बोलावं, याचं आश्चर्य वाटतं.
बक्षी	:	अमीर, त्यात आश्चर्य कसलं? मी खरं तेच सांगतो आहे. ही हवेली विकत कोण घेणार? हे हिंदोस्तानात गेले, की या हवेलीची सराई होण्याऐवजी...
अमीर	:	हाँ, चाचा! जोवर या घरची माणसं जिंदा आहेत, त्या अल्लाच्या दुव्यानं तुमच्यासमोर सुखरूप उभी आहेत, तोवर तरी या हवेलीची बेवारस सराई करू नका. पडोसी म्हणविता. निदान...
बक्षी	:	आम्ही पडोसी समजतो, म्हणूनच हे जिवानिशी जात आहेत. अमीरभाई, यापुढे या पाक मुलखात नापाक जिंदा राहणार नाही.
अमीर	:	(संतापाने) बक्षीऽऽ
बक्षी	:	चूप! हमपर आँखे दिखाता है? अमीर, काफीरही नहीं, लेकिन काफीरकी रखवाली करनेवालेभी हम गद्दार समझते है । या पाकिस्तानात त्या पैगंबराचीच रखवाली आम्ही पहेचानतो.
अमीर	:	बक्षीसाब, मी पण सच्चा मुसलमान आहे. आपण म्हणता, ते मला समजतं. आपण कुराण जाणता. जे इन्सानियत ओळखत नाहीत, त्यांना काफर म्हणतात. धर्म अनेक असतील, पण माणुसकीच्या मण्यांनीच साऱ्यांच्या जपाची माळ गुंफलेली असते. मग ती माळ हिंदूंची असो, वा मुसलमानांची!
बक्षी	:	हां! बच्चा आहेस अजून. या दुनियेत फक्त एकच धर्म आहे. साऱ्यांच्या जपमाळेचे मणी एक असतील, पण ओढल्या जाणाऱ्या मण्याबरोबर जे नाव घेतलं जातं, त्यालाच महत्त्व असतं. या

अल्ला परवरदिगार...

अमीर : पण दोस्ती...

बक्षी : दोस्ती नंतर. पहिला फर्ज धर्माचा. जो धर्म ओळखत नाही, त्याला आम्ही मुसलमान समजत नाही. पाकिस्तानात त्यांना जागा नाही.

अमीर : गल्लत होते, चाचा. फाळणी जरूर झाली; पण ती धर्माची नव्हे. भावाभावांची वाटणी झाली.

बक्षी : हो ना! (हसतो. लक्ष्मीकडे पाहतो.) भावाभावांची वाटणी झाली, तर (लक्ष्मीकडे बोट दाखवीत) दुसऱ्या भावाची बायको या देशात कशाला?

(संतापाने थरथरणारा श्रीकांत प्रवेश करतो.)

श्रीकांत : खामोष! बक्षी, या घरात असल्या गोष्टी? कुठून आली ही हिंमत? जेवढा तुझा या भूमीशी रिश्ता आहे, तेवढाच माझाही आहे. आमच्या पिढ्यान् पिढ्या याच वतनावर गेल्या. या मातीशी आमचं जखडलेलं इमान असल्या फाळणीनं तुटायचं नाही.

बक्षी : हं! तो रिश्ता केव्हाच खतम झाला. यापुढं राहिला, तर फक्त मातीशी राहील. इथं राहायचं ठरवलं, तर तिथंच जावं लागेल. मातीत.

श्रीकांत : त्या मातीची मला नको भीती घालू. साऱ्यांनाच एक ना-एक दिवस तिथंच जायचं असतं. कोणत्या पावलानं माणूस तिथं जातो, यालाच महत्त्व असतं.

बक्षी : तेच सांगतोय मी. कत्तल होऊन तिथं जाण्यापेक्षा...

(लक्ष्मी भीतीनं तोंडावर हात घेते. श्रीकांत सरसावतो. अमीर त्याला सावरीत असतो.)

श्रीकांत : नीच! कालपर्यंत या अमीन मोहोल्ल्याच्या रस्त्यावरून जात असता कमर जमिनीपर्यंत झुकवून मला सलाम करणारा तू. माझ्या हवेलीत येऊन भुंकतो माझ्यावर?

बक्षी : नीच... कुत्ता... मी! या अल्ला! ऐकून ठेव. या हवेलीचा उद्या मी मालक आहे. त्याला तू बोलतोस. हे कधीही विसरू नकोस...

श्रीकांत : ते स्वप्नातसुद्धा आणू नको. ही हवेली तुझ्या हाती कधीही

पडायची नाही. तुझ्या हाती हवेली सुपूर्द करण्यापेक्षा मी माझ्या हातानं ही हवेली जाळून निघून जाईन.

बक्षी : ठीक! वैसाही होगा... वैसाही सही...

(बक्षी निघून जातो. श्रीकांत थकून बैठकीवर बसतो. लक्ष्मी रडत असते. अमीर सुन्नपणे उभा असतो.)

अमीर : श्री, त्या बक्षीला एवढं बोलायला नको होतंस.

श्रीकांत : हे तू सांगतोस? अमीर, तू माझा दोस्त ना? आणि तो बक्षी बोलला, हे सारं चूपचाप ऐकून घेतलंस? लाथ मारून हाकलून का दिलं नाहीस?

अमीर : (शांतपणे) तुमच्यासाठी! तुम्ही आहात, म्हणूनच ते केलं नाही.

श्रीकांत : (खिन्नपणे हसत) छान!

अमीर : श्री! कुणाला लाथ मारायची? बक्षीला? बक्षी म्हणजे या अमीन मोहोल्ल्याचा नेता. जमातीचा नायक. त्याला दुखवून चालायचं नाही. जोवर हे लाहोर सोडून तुम्ही हिंदोस्तानात सुखरूप पोहोचत नाही, तोवर नरमाईनंच गेलं पाहिजे.

श्रीकांत : अमीर! तू...

अमीर : हां! तो बक्षी म्हणाला, ते कटू असेल, पण खोटं काहीही नाही. साऱ्या लाहोरात हेच चाललंय. मुलूख सोडून जाताना घरांना लावलेली टाळी त्याच क्षणी फोडली जातात. माणसं जातात, पण घरं मोकळी राहत नाहीत. शराब, सत्ता आणि पैसा यांची नशा चढली, तर केव्हा-ना-केव्हा ती उतरते; पण ही धर्माची नशा. तिच्यासारखी बुरी चीज नाही. तिची परीक्षा घेऊ नये, श्री...

श्रीकांत : धर्म का वाईट?

अमीर : कोण म्हणतो? धर्म निष्पाप, अजाण असतो. माणुसकीचं बोट धरून धर्म चालतो, तेव्हा पृथ्वीवर स्वर्ग अवतरल्याचा भास होतो. पण नुसत्या धर्माचं बोट धरून माणूस जेव्हा चालायला लागतो, तेव्हा स्वर्गाचा नरक बनायला फारसा वेळ लागत नाही. पाठीशी घेतलेली चीजवस्तूच नव्हे, पण बरोबरची माणसंसुद्धा कडेपर्यंत सुखरूप पोहोचत नाहीत.

श्रीकांत : ठीक आहे. उद्या आम्ही जाणार; पण अमीर, या हवेलीची

काळजी वाटते. ही हवेली...

अमीर : *(गहिवरल्या आवाजात)* श्री, माझ्यावर विश्वास ठेव. ही हवेली गैर हातामध्ये पडणार नाही. तसं वाटलं, तर तिला उभी राहू देणार नाही. उद्या लवकर येईन मी. भाभी, तू सामानाची बांधाबांध कर. तुम्हाला एकदा सुखरूपपणे गाडीत बसवलं, की मी मोकळा झालो. मग या लाहोरात आरामात एकटं राहायचं. उरलेले सूर आळवीत. अदाबर्ज, अदाबर्ज, भाभी!

(अमीर, उमर निघून जातात. श्रीकांत दार लावून घेतो. श्रीकांत खिन्न वदनाने उभ्या असलेल्या लक्ष्मीकडे पाहतो.)

(दोघांचं लक्ष गजाननावर स्थिरावले असता प्रवेश संपतो.)

(प्रवेश पहिला समाप्त)

प्रवेश दुसरा

स्थळ : *श्रीकांतची हवेली.*

वेळ : *दुपारची मध्यान्ह.*

हवेली तीच आहे. देव्हारा तसाच दिसतो आहे. रंगमंचकावर उमर उभा आहे. गवसणीत बंद करून ठेवलेल्या तानपुऱ्यावर चादर टाकतो आहे. पेटी बंद करतो. आतून लक्ष्मी दोन बॅगा घेऊन बाहेर येते. उमरकडे पाहते.

लक्ष्मी : उमर.

उमर : जी!

लक्ष्मी : अकरा वाजायला आले. अजून ही मंडळी कशी आली नाहीत? जागा मिळाली असेल ना?

उमर : भाभी, ती फिकीर करू नका. केवढीही भीड असली, तरी आपले दरोगासाहेब आहेत ना? ते नक्की जागा मिळवून देतील. आता आणखीन काही सामान नाही ना?

लक्ष्मी : सारं स्टेशनवर पाठवलं. जाताना फक्त देव आणि तानपुरा न्यायचा.

उमर : भाभी, तुम्ही गेलात, की या हवेलीकडे बघवायचंसुद्धा नाही.

लक्ष्मी : *(खिन्नपणे हसते.)* माणसांसाठी घरं बांधली जातात. माणसं

गेली तरी त्या आठवणी घरांना चिकटून बसतात. आम्ही कुठे जरी राहिलो, तरी मनातली ही हवेली सुटायची नाही.

(त्याच वेळी अमीर आत येतो. अमीर थकलेला, घाबरलेला असतो. घाम पुसतो. लक्ष्मी, उमर आश्चर्याने त्याच्याकडे पाहतात.)

अमीर : श्री आला नाही?

लक्ष्मी : तुमच्याबरोबर तर गेले होते ना?

अमीर : हां! उमर, बेटी कुठं आहे?

उमर : आत आहे. बोलावू?

अमीर : नको. ठीक.

लक्ष्मी : अमीरभय्या, तुम्ही असं का बोलता? स्टेशनवर जायचं ना?

(अमीर नकारार्थी मान हलवतो.)

लक्ष्मी : जायचं नाही?

अमीर : नाही, भाभी. कुठेच जाता यायचं नाही.

लक्ष्मी : अमीरभय्या! हे कुठं आहेत? बन्सी कुठं आहे?

अमीर : भाभी, ते मला माहीत असतं, तर एकटा कशाला आलो असतो?

लक्ष्मी : काय झालं, सांगा ना!

अमीर : आम्ही स्टेशनवर गेलो. खूप गर्दी होती. जागा मिळवण्याचा आम्ही प्रयत्न करीत होतो आणि इतक्यात दंगल उसळली. एकच पळापळ, आरडाओरड. कुणाला काही सुचेना. मी खूप हुडकलं; पण श्री दिसला नाही. आमची चुकामूक झाली. घरी आला असेल, म्हणून मी...

लक्ष्मी : *(हुंदका आवरत)* त्यांना कशाला एकटं सोडलंत?

अमीर : भाभी, तू चिंता करू नको. त्याच्याबरोबर बन्सी आहे. तो नवखा नाही. तो सुखरूपपणे घरी येईल. काळजी त्याची वाटत नाही. काळजी वाटते तुमची?

लक्ष्मी : आम्ही सुखरूप आहोत. पाहिलंत ना? अमीरभय्या, तुम्ही त्यांची तलाश करा. जा.

अमीर : भाभी, ते सारं करीन. तोवर तुम्ही इथं राहणं योग्य नाही. साऱ्या लाहोरात एकच दंगल उसळलीय. आता काहीही भरवशाचं राहिलं नाही.

लक्ष्मी : भय्याऽऽ

अमीर	:	भाभी, जोवर मी जिवंत आहे, तोवर तू भिऊ नकोस. माझं ऐकशील?
लक्ष्मी	:	सांगा ना!!
अमीर	:	मी जाऊन बुरखा आणतो. तो घे आणि श्यामाला घेऊन माझ्याबरोबर चल.
लक्ष्मी	:	बुरखा?
अमीर	:	हां बुरखा! तो पांघरून माझ्याबरोबर चल. तो बुरखा असला, की कोणी ओळखणार नाही. सलामत जाता येईल आपणाला.
लक्ष्मी	:	कुठं?
अमीर	:	मी नेईन तिथं. माझ्या घरी. दुसऱ्याच्या घरी. जिथं जमेल तिथं. ही दंगल असेपर्यंत तुम्ही इथं राहणं ठीक नाही.
लक्ष्मी	:	मी एकटी येऊ?
अमीर	:	भाभी, तुझा माझ्यावर भरोसा नाही?
लक्ष्मी	:	असं बोलू नका. तुमच्यावर अविश्वास दाखवला, तर त्या गजाननावर अविश्वास दाखविल्यासारखं होईल.
अमीर	:	तुझ्या देवाची किंमत मला नाही भाभी; पण मी हे कधीही विसरणार नाही.
लक्ष्मी	:	पण ते... त्यांना सोडून...
अमीर	:	भाभी, धीरानं घे. प्रसंग बघ. तू माझ्यावर विश्वास ठेव. तुम्ही सुरक्षित राहिलात, की या लाहोरचा मोहोल्ला-न्-मोहोल्ला पालथा घालीन. श्रीचा तलाश लावीन. आपण इथून गेलो, तरी उमर येथे राहील. तोवर श्री येथे आला, तर त्याला आपला बेत कळेल; पण आता या हवेलीत राहून चालणार नाही. मी बुरखा घेऊन येतो. चालेल ना?
लक्ष्मी	:	तुम्ही म्हणाल ते मान्य आहे.
अमीर	:	मी एवढ्यात येतो. (उमरकडे वळून) उमर, तू टॅक्सी, घोडागाडी मिळेल ते दारासमोर उभे कर. म्हणेल ते पैसे दे; पण खाली हातानं येऊ नको. जितक्या लवकर येता येईल तितक्या लवकर ये. भाभी, घाबरू नको. दार लावून घे. आम्ही एवढ्यात येतो.
		(दोघे गडबडीने निघून जातात. सुन्न झालेली लक्ष्मी वळते. भयग्रस्त असते. तिचं लक्ष देव्हाऱ्याकडं जातं. ती तिकडे जाते. नमस्कार करते.)

लक्ष्मी : देवा, या जीवनाचा शेवट भरल्या कपाळी आणि भरल्या चुड्यांनी होऊ दे. *(डोळे टिपते. गडबडीनं दरवाजा लावते.)*

आधार जीवा
संचिताची गूढ भाषा
आज झाली दैवरेषा
झेलता आयुष्य सारे
एक द्या मजला विसावा।।

(गाणे चालू असताना दारावर धक्के बसतात. कडी काढताच तीन-चार गुंड आत शिरतात. भयग्रस्त लक्ष्मी विस्फारित नेत्रांनी क्षणभर गुंडांकडे पाहते. भानावर येऊन आत धावते. तोच एक गुंड धावतो. आतल्या दारात उभा राहतो. गुंडांचा नायक लक्ष्मीकडे पाहत असतो. हातात रायफल व गळ्यात काडतुसांचा पट्टा असतो. लक्ष्मी मागे सरकते. गुंड पुढे होऊन लक्ष्मीचा हात पकडतो. लक्ष्मी गुंडाला थप्पड मारते. ढकलते. किरकोळ प्रकृतीचा गुंड पडतो. संतापाने आपली तलवार सावरून उठतो.)

गुंड : बेहयात! हात उठाती है! हमपर?

खान : ठहरो! जुम्मन, हत्यार खाली कर.

गुंड : खानसाब! हम बेइज्जती बरदास नहीं करेंगे! हम बदला लेंगे!

खान : *(हसतो.)* देख! कितनी तेज! कितनी हसीन!

लक्ष्मी : काय हवंय तुम्हाला?

खान : मुरख! जे हवं असेल, तेच आम्ही घेऊ. त्यासाठी तुझी इजाजत नको.

लक्ष्मी : घरी कोणी मर्द नाही. तुम्ही उद्या या.

खान : घरात मर्द नाही, म्हणून तर आम्ही आलो. आजची मजा उद्या यायची नाही.

(खान एक पाऊल पुढे येतो. भयव्याकूळ लक्ष्मी एक पाऊल देव्हाऱ्याकडे सरकत असते. सारे बळ एकवटून लक्ष्मी ओरडते.)

लक्ष्मी : खबरदार, एक पाऊल पुढे टाकाल तर! बन्सीऽऽ बन्सीऽऽ

खान : खामोष! चिल्लाओ मत! हवेलीमें तू अकेली है। हमें मालूम है। *(सारे गुंड लक्ष्मीकडे सरकत असतात. प्रत्येकाच्या चेहऱ्यावर आसुरी हास्य असते. लक्ष्मी पाऊल मागे घेते. खान हसत पुढे*

होतो.)

खान : व्वा! कितनी खुबसुरत! दोस्तों, ये हवेलीकी हरएक चीज तुम्हारी. *(लक्ष्मीकडे बोट दाखवीत)* ये मेरी! माझ्या जनानखान्यात छान शोभेल.

लक्ष्मी : खानसाहेब! जनानखाने मोहोब्बतीच्या पायावर उभारायचे असतात. जुलूम-जबरदस्तीनं नव्हे.

खान : हाय हाय! क्या बात छेडी तूने! प्यारी, जनानखान्यात सारेच बुलबुल चालत नाहीत. जान घायाळ करणारी तुझ्यासारखी शेर भारी मजा आणते. ती ताकद आमच्यात आहे.

लक्ष्मी : हं! दुबळ्या स्त्रीवर जुलूम करण्यात कसली ताकद? ती फार सोपी गोष्ट आहे, खानसाहेब! शत्रुघरच्या स्त्रीला बहीण मानणं, याला ताकद लागते. ती कुवत तुमची दिसत नाही.

खान : सच्ची बात! काफरांना आम्ही बहेन मानत नाही. कभी नही.

लक्ष्मी : *(नरमते.)* खानसाहेब, मी हात जोडते. भीक मागते. आमच्यासारख्या निरपराध जिवांच्या रक्तानं तुमची पाक भूमी नापाक बनेल. ते तुम्ही करू नका. एकाच परवरदिगारने निर्माण केलेली मानवजात. तिला धर्माच्या नावाखाली ठोकरू नका. येथे आम्हाला जागा नाहा, हे केव्हाच कळून चुकलं. आम्हाला लाहोर सोडून जाऊ द्या. तुमच्या पाकिस्तानला आम्ही दुवाच देऊ.

खान : *(छद्मीपणाने मान तुकवीत)* आपकी बडी मेहेरबानी है! तुझी जागा बेकार हिंदुस्तानात नाही. ती इथंच आहे. आमच्या मिठीत. आमच्या मोहोब्बतीची शान तरी बघ...

लक्ष्मी : मोहोब्बत! कशाला ते शब्द वापरता? मोहोब्बत ती, की जिच्या यादगारीत ताजमहाल उभा राहतो. झरलेल्या अश्रूंना संगमरवरी रूप लाभतं, ती मोहोब्बत! तिचा उच्चार करता कशाला?

खान : हाय हाय! काय जबान आहे! कुणी सांगावं. तुझ्या यादगारीसाठी आम्ही दुसरा ताजमहाल बांधूही. त्याची फिकीर तू करू नको. प्यारी, आज तुझा शहेनशहा तुझ्या समोर उभा आहे.

लक्ष्मी : शहेनशहा! तुम्ही!! *(हसते)* उष्ट्या अन्नावर तुटून पडणाऱ्या कुत्र्यांनी शहेनशहाशी तुलना करावी!

खान : खामोष! कुणाला कुत्ता म्हणते? मौत सामोरी उभी असता ही

जबान!

लक्ष्मी : मरणाची भीती कुणाला घालता? कसं जगावं, हे कदाचित आम्हा हिंदू बायकांना कळत नसेल; पण मरण कसं पत्करावं, हे पक्कं माहीत आहे. भारतभूमीत पिढ्यान्-पिढ्या तीच शिकवण चालत आली. ती तुम्हीच शिकवली आहे. तो जोहार आमच्या रक्तात आहे. अस्मानाची बिजली जेव्हा धरतीच्या ओढीनं धावते, तेव्हा तिला रोखण्याचं धाडस कुणी करू नये. ते धाडस जो करील, त्याची राख होते.

खान : बिजली! इतनी तेज न बन! तुझा तिलक पुसून जनानखान्याचा सराव झाला, की ही जबान टिकायची नाही.

लक्ष्मी : हा नुसता तिलक नाही, खानसाहेब! ही जिंदगीची सोबत आहे. अस्मानच्या सूर्याचं तेज आम्ही या कुंकवाच्या रूपानं कपाळी बाळगतो. त्याला स्पर्श करण्याचं धाडस तुम्ही करू नका. ती हिंमत तुम्हा भेकडांच्या ठिकाणी नाही.

खान : *(एकदम तिचं मनगट पकडतो.)* देख, मेरी हिम्मत देख!

लक्ष्मी : *(हात सोडवून न घेता त्या हाताकडे पाहते)* खानसाहेब, ज्याला मन पकडता येत नाही, तोच मनगट पकडतो. औरत कधी जनानखान्याला भीत नाही. ती भिते नामर्दांना. जेव्हा माणसं नाराज होतात, तेव्हा देवाचा हात पुढे होतो. तो पकडायचं धाडस माणसात असावं लागतं. तो पाहा माझा परमेश्वर आला.

(खान वळून पाहतो. तोच त्याच्या कमरेचा खंजीर लक्ष्मी उपसते आणि क्षणात छातीत मारून घेते. खानाचा मनगटावरील हात सुटतो. ताठरलेल्या डोळ्यांनी खान तिच्याकडे पाहत असतो. लक्ष्मी हसत असते. हसता-हसता ती ढासळते.)

खान : दगाबाज! साली मर गयी! खुदखुशी करून फसवलं...

(एक गुंड लुटीसाठी माडीवर गेलेला असतो. तो श्यामाला घेऊन येतो.)

गुंड : खानसाब!

(खान आनंदतो. तोच अमीर येतो. श्यामा धावते. साऱ्यांचे लक्ष अमीरला बिलगलेल्या श्यामाकडे जातं. सारे तिकडे वळतात. खान करड्या आवाजात ओरडतो.)

खान : छोडो उसे!

अमीर : नही!

खान : मैं बोलता हूँ! छोडो उसे!

अमीर : खानसाब, ये छोकरी मेरी है।

खान : अं! तेरी छोकरी? खुदातालाची शपथ घेऊन सांग, की ही छोकरी तुझी आहे.

अमीर : हां, हां! मेरी! अल्लाकसम ये छोकरी मेरी है!

खान : झूट!

अमीर : नहीं जी! सच कहता हूँ। कोई सच्चा मुसलमान अल्लाची झूठ शपथ घेत नाही.

खान : पुरावा?

अमीर : पुरावा? दिसत नाही? ही मुलगी तिची असती, तर तिला सोडून 'आब्बाजान' म्हणून मला कशाला बिलगली असती!

खान : मग ती इथं काय करीत होती?

अमीर : हिला येथे सोडून दोस्ताला स्टेशनवर पोहोचवायला गेलो होतो.

खान : मग दोस्ताची बायको मेली, याचं दुःख नाही वाटत?

अमीर : बेशक! लेकिन बहोत नहीं! जेव्हा जंग सुरू होतं, तेव्हा असली मामुली दुःखं पचवावी लागतात. पाक जागेत नापाक माणसं जगू शकत नाहीत. खाँसाब, सच है ना?

खान : ठीक कहा आपने! तो आप हमारे साथ है?

अमीर : यही तो मेरा फर्ज है।

(अमीर वळतो. श्यामाला उमरच्या हाती देतो.)

अमीर : टॅक्सी आणलीय? (उमर मान डोलावतो.) जा बेटी. उमर-चाचाके साथ जा. उमर, हिला घरी घेऊन जा. मला यायला उशीर होईल म्हणून सांग.

उमर : लेकिन श्यामा...

अमीर : *(गडबडीने)* शाम हुई तो क्या हुआ? मी सांगितलं, तेवढं घरी सांग. अरे, समझनेवालेको इशाराभी काफी होता है। जा तू. *(उमर जातो. अमीर खानाकडे हसून पाहतो. खानाच्या चेहऱ्यावर संशय असतो.)*

अमीर : खानसाब, बीबीने शामतक बुलाया था। सिनेमा देखनेका इरादा था। *(खान हसतो. पाठीवर थाप मारतो.)*

खान : इतना बढिया शो छोडकर कहाँ जाते हो दोस्त? *(दोघेही हसतात)*

चलो, दोस्तों! अभी बहुत काम बाकी है। आज या मोहोल्ल्यात एकही काफर दिसता कामा नये. समझे?

अमीर : जी!

(अमीरचे लक्ष तानपुऱ्याकडे जाते.)

खान : क्या देखते हो?

अमीर : खानसाब, सारी हवेली लुटली गेली, पण मला मात्र या पाककार्यातला हिस्सा मिळाला नाही. तो मला मिळायला हवा.

खान : अलबत! क्यों नही? जी चीज हवी असेल ती घ्या.

अमीर : सारं केव्हाच लुटलं गेलं, *(तानपुऱ्याकडे बोट दाखवीत)* द्यायचाच झाला, तर मला तो तानपुरा द्या.

खान : बस्स! अजब है! एवढी चीजवस्तू सोडून बेकार तानपुरा मागता?

अमीर : गाण्याचा शौक आहे ना!

खान : बहोत खूब! आप ले सकते है! बडे शौकसे!

अमीर : शुक्रिया!

खान : चलोऽ

अमीर : माफ करना खानसाब!

(अमीर सावकाश लक्ष्मीजवळ जातो. हातातला बुरखा लक्ष्मीवर पांघरतो. खान मोठ्याने हसतो.)

खान : अरे यार, मुर्द्यावर बुरखा घालतो?

अमीर : *(वळत)* खानसाब! मुर्दा या जिंदा. या दुनियेत बुरख्याखेरीज माणसं जगत नाहीत. केव्हा त्याला बुरखा म्हणतात, केव्हा कफन...

खान : चलो दुसरे मकानपर...

अमीर : ठेहरो! खानसाब, ही हवेली अशीच सोडून निघाला कुठे?

खान : *(हसतो.)* या हवेलीत आता काही शिल्लक राहिलं नाही.

अमीर : पण ही हवेली आहे ना!

खान : हवेली? तो क्या हुआ?

अमीर : क्या हुवा? खानसाब, या नापाक जागेत कोणी पाक इसम राहिला, तर या जागेचा असर त्याला लागेल. पाक माणूसदेखील नापाक बनेल. हवेलीको खाक में मिला दो। जला दो इसे।

खान : ठीक कहा आपने। वैसाही होगा। जला देंगे। जला दो इसे।

(अमीर तानपुरा घेऊन बाहेर पडतो. हवेली मोकळी होते.
गणपतीची जागा व लक्ष्मी यांखेरीज सगळीकडे प्रकाश मंदावतो.
लक्ष्मीवरचा प्रकाशही नाहीसा होतो. फक्त देव्हारा दिसत असतो.
कुठल्यातरी मशिदीतली अजाँ ऐकू येत असता हवेली पेट घेत
असलेली दिसू लागते.)

(अंक पहिला समाप्त)

अंक दुसरा

स्थळ : *मुंबईची रोशनची कोठी*
वेळ : *सकाळ*

(गाणारणीचे घर असते, तसे घर. लोडतक्क्यांची बैठक घातलेली.
पानाची तबके, हुक्क्याचे नेचे बैठकीवर दिसतात. पडदा उघडतो,
तेव्हा रोशन गात असते.)

मानत नाही श्याम
मन पापी मानत नाही!
लाज सांडिली, त्यजिली भीती
अदय प्रियावर केली प्रीती
निशिदिनि चैन न काही
मन पापी मानत नाही!
भुलले त्याला पडले मोही
सहज विसरला तो निर्मोही
स्मरणी आणित राही
मन पापी मानत नाही!

(ठुमरी संपत असता दाऊद, उमर आत प्रवेश करतात. पाठोपाठ
रेशमा येते. थकलेला दाऊद अंग टाकून हुश करून
बसतो. रोशन दाऊदकडे पाहते.)

रोशन : दाऊद, काय झालं?
दाऊद : काय झालं? उभं आयुष्य मुंबईत काढलं, पण मुंबईत एवढ्या
पाहण्याच्या जागा आहेत, हे मला माहीत नव्हतं. चौपाटी,

		नरीमन पॉईंट, म्युझियम, काळा घोडा, गेटवे ऑफ इंडिया, ताजमहाल. सगळी मुंबई पाहुण्यांना दाखवली.
उमर	:	अंहं! (खिशातून कागद काढतो. दाऊद उठून बसतो. उमर वाचीत असतो.) जुहू बीच, बीच कँडी, मड आयलंड (दाऊद उठून उभा राहतो. उमर वाचीत असता अडखळतो.) मोफत ऑक्शन...
दाऊद	:	क्या? मोफत ऑक्शन! (हसतो) मोफत ऑक्शन नव्हे, भय्या. मफतलाल ॲक्वेरियम. रंगीत मछलियोंकी दुनिया...
उमर	:	हां हां! वही. (वाचीत असतो.) क्राफी मार्केट, टाटा मेमरियल (दाऊद धावतो. त्याचे पाय धरतो.)
दाऊद	:	देख, भय्या! अरे, मी तुझे पाय धरतो. एवढं सगळं बघायचं झालं, तर त्या हॉस्पिटलातच जावं लागेल. अरे, तुम्ही पाकिस्तानाहून मैफलीसाठी आलात, की मुंबई पाहायला?
उमर	:	मैफलीसाठी ते आलेत. आपण मुंबई बघणार.
रोशन	:	अरे, पण खाँसाहेब कुठं आहेत?
उमर	:	येतील एवढ्यात! खाली घड्याळजींच्या दुकानात आपलं घड्याळ दाखवीत होते. एका दिवसात खूप दोस्ती जमलीय.
दाऊद	:	आपल्या फैजच्या दुकानात? (दाऊद मान डोलवतो.) छान! अरे, त्या फैजला काय समजतं? खाँसाहेबांचं घड्याळ बिघडून टाकील तो.
उमर	:	ती हिंमत कुणाची नाही. खाँसाहेबांचं घड्याळ त्यापलीकडचं आहे.
दाऊद	:	पलीकडचं?
उमर	:	(दाऊदजवळ जातो.) क्या टाइम हो गया जी?
दाऊद	:	(आपले घड्याळ पाहतो.) ग्यारा पचास.
उमर	:	(घड्याळ नसलेले मनगट पाहतो. घड्याळाचा काटा फिरवल्याचा आविर्भाव करतो, वर पाहतो.) असं बारा वर्षे घड्याळ चाललंय ते. (सारे हसतात.)
रेशमा	:	उमर, आब्बाजानच्या घड्याळाची मजाक उडवतोस काय? थांब येऊ देत आब्बाजान. सांगते त्यांना.
उमर	:	तोबा, तोबा! दीदी, एवढं करू नको. (सारे हसतात) रोशनदीदी, आमच्यामुळे तुमचा रियाज तर थांबला नाही?
रोशन	:	छे! एकटीच होते. करमेना म्हणून गात होते.

रेशमा	:	तू गाणं कुणाकडे शिकतेस?
रोशन	:	पंडितजी येतात शिकवायला.
रेशमा	:	मग सध्या तालीम बंद आहे?
रोशन	:	सध्या परगावी गेलेत. यायला हवे होते.
दाऊद	:	नाही आले, तरी चालतील.
रोशन	:	दाऊद!
दाऊद	:	रेशमादीदी, हिला शौक आहे, म्हणून तो पंडितजी ठेवला. असलं गाणं या कोठीवर चालत नाही.
उमर	:	ख्यालगायकीला नावं ठेवतोस? त्याच्यासारखं अस्सल गाणं नाही.
दाऊद	:	अरे, कसलं गाणं! तो जुना जमाना गेला. तुमच्या ख्यालगायकीची आलापीची ट्रेन चढण चढून गतीच्या उताराला लागेपर्यंत माणसं झोपून जातात. माहीत आहे? तसलं गाणं या कोठीवर चालत नाही. इथे सगळा कारभार झटपट. इथे चालते कडक पेटी, टिपेचा तबला आणि घुंगरांचा आवाज. इथे रंगते गझल, ठुमरी, लावणी.
उमर	:	लावणी?
दाऊद	:	हो. हो. लावणी!
रेशमा	:	कसली असते लावणी?
दाऊद	:	हेऽऽ कडक! सांगा ना रोशनला. ऐका एकदा -
रेशमा	:	रोशन, म्हण ना!
रोशन	:	त्याचं काय ऐकतेस? पोटासाठी हवी ती गाणी म्हणावी लागतात इथं.
रेशमा	:	म्हण ना -
रोशन	:	नको ग बाई... खाँसाहेब आले तर -
दाऊद	:	त्याची काळजी नको. तो फैज घड्याळजी सहज घंटातक तरी वेळ घेईल. दीदी, तू म्हण.

(रोशन लावणी गाऊ लागते.)

दिवस आजचा असाच गेला उद्या तरी याल का?
आल्यावर जवळ मला घ्याल का?
पैठणी जांभळी जरीबुंद नेसुनी
मी वाट पाहते केव्हाची बैसुनी

ही घडी मागुनी घडी चालली सुनी
जागरणाने जळती डोळे; काजळ घालाल का?
किती किती योजिले होते बोलायचे
मज गूज मनीचे होते खोलायचे
संगतीत तुमच्या होते उमलायचे
कळ्या आजच्या शिळा उद्याला ओठाशी न्याल का?
या सरत्या राती तळमळते मी अशी
लोळते पलंगी पुन्हा बदलते कुशी
मज रुते बिछाना, नको नको ही उशी
हवा वाटतो हात उशाला, सजणा तुम्हि द्याल का?

(लावणी रंगते. लावणी संपत असता त्या लावणीने मोहवलेली रेशमा लावणीला साथ करीत असते. लावणी संपत असता हातात गजरे घेतलेला अमीर येतो. ती लावणी संपते. लावणीत रंगलेल्या साऱ्यांचे लक्ष अमीरकडे जाते.)

अमीर : *(अचकनीची बटणे काढीत)* रेशमा, नवा रियाज सुरू झाला वाटते?

रेशमा : तसं नाही, आब्बाऽऽ ही रोशनऽऽ

अमीर : खामोष! माझी तालीम कमी पडली, म्हणून नवा उस्ताद गाठला! लावणी म्हणताना शरम वाटली नाही? बेटी, एक सच्चा सूर मिळवायला उम्रभरचा दिमाख कमी पडतो; पण तोच सूर बेसूर व्हायला लावणीचं एक वळणही पुरेसं होतं.

रेशमा : तसं नाही, आब्बाजान --

अमीर : नाही, बेटी! तेसुद्धा नाही. ज्या दिवशी गाणं पुरं गळ्यात उतरेल, प्रत्येक उपजेचा आणि हरकतीचा अर्थ कळेल, त्याच दिवशी तुला हवं ते गाणं गाता येईल. बेटी, आपण इथं भारतीय संगीत-महोत्सवात भाग घ्यायला आलो आहोत. इथली माणसं मोठी रसीली आहेत. कुणास ठाऊक, कदाचित माझं गाणं झाल्यावर ते तुलाही गायला सांगतील. करायचा झाला, तर त्याचा विचार करून ठेव.

रेशमा : मी गाणार?

अमीर : काय हरकत आहे? जरूर गा. अशी संधी मिळाली, तर दवडू नकोस.

रेशमा	:	काय गाऊ?
अमीर	:	थांब बेटी! या मुंबईच्या उकाड्यानं जीव हैराण झालाय. जरा कपडे बदलून येतो. रियाज करू. (गजरे ठेवतो. आत जातो. पाठोपाठ रेशमा, रोशन जातात.)

(अमीर जाताच दाऊद गजरा उचलतो. आपल्या मनगटाला लपेटतो. वास घेतो. दुसरा उमरच्या पुढे करीत.)

दाऊद	:	(गज-याचा वास घेत) व्वा, काय खुशबूदार गजरे आहेत! आपल्याला भारी शौक! फुलांचा ...अत्तराचा.
उमर	:	शुक्रिया! मला नको. आपल्या इतकी अत्तराची गरज कुणाला? आपणच घ्या ते. माझ्या अंगाला वास येत नाही.
दाऊद	:	क्या कहा?
उमर	:	काही नाही. हवा बदलली. जरा सर्दी झालीय. वास येत नाही.
दाऊद	:	आपल्याला वासाशिवाय चैन पडत नाही. इथे येणारे रईस भरपूर गजरे खरीदतात. अत्तराचे फाये मिळतात. अगदी मोफत.
उमर	:	दाऊदखाँ, आपण खरोखरच भाग्यवान आहात. कलावंतिणीचा भाऊ, गवळ्याचा रेडा आणि दर्ग्याचा मौलवी यांच्यासारखं भाग्य दुर्मिळ!
दाऊद	:	क्या कहा?
उमर	:	कुछ नहीं! नहीं सरकार, आपकी तारीफ कर रहा था! असल्लियत छुपती नहीं वसुलोंसे, खुशबू आती नहीं कागजके फूलोंसे!
दाऊद	:	बहोत खूब! आपल्याला शेर-शायरी भारी आवडते. आपल्याला गाण्यातलं काही कळत नाही आणि त्यातल्या त्यात तुमचे ते खानदानी गाणं एकदम बोरिंग. जाऊ दे. तुमची-आमची गत एकच. तुमचा आवाज गेला, तरी तुम्ही खाँसाहेबांचे शागीर्द राहिलात आणि गाण्याचा शौक नसता रोशनदीदीसाठी मला या कोठीत अडकून पडावं लागलं. या भिक्कार मुंबईत!
उमर	:	दाऊदखाँ, ही बॉम्बे भिकार? आख्ख्या हिंदोस्तानात यासारखे शहर नाही म्हणे!
दाऊद	:	मारो गोली! या हिंदोस्तानात आहे काय? त्या पाकिस्तानची सर या हिंदोस्तानाला यायची नाही. हमारे पाकिस्तानकी हर एक चीज अलग होती है! कुठे लाहोरची साफ हवा आणि कुठे

या मुंबईचा पसीना। हैराण होतो जीव. पाकिस्तान ते पाकिस्तान. ती मिजास या हिंदोस्तानला यायची नाही.

(आतून अमीर येतो.)

अमीर : कौन कहता है?

(दाऊदच्या हातून सिगारेट गळून पडते. गडबडीने ॲशट्रेमध्ये सिगारेट चिरडून उठतो.)

अमीर : तू? दाऊद, ज्या देशात राहता, त्या देशाशी हे इमान? हिंदोस्तानात राहून पाकिस्तानचा दिमाख! ज्या देशात इभ्रतीनं राहता, जगता, त्याची ही किंमत? नहीं, बेटा, ये गलत है। ये गद्दारी है।

दाऊद : मैंऽऽ मैंऽऽ

अमीर : मैं मैं - क्या? सारी उम्र हिंदोस्तानात घालवून हिंदोस्तानची मिजास कळली नाही? गहिरा अफाट सागर ज्याची कदमबोसी करतो आणि ज्याच्या शिरावर हिमालयाचा शिरपेच चमकतो, त्या हिंदोस्तानची मिजास सांगून समजायची नाही, दाऊद! ती पाहायला नजर साफ असावी लागते. जवळ मोठा कलिजा असावा लागतो. तुम बडे हो, तो बडी बातभी करना सीखो। आत जा आणि रेशमाला याद फर्मावलीय म्हणून सांग.

(दाऊद आत जात असता रोशन, रेशमा बाहेर येतात. रोशन रेशमाला खुणावते. रेशमा पुढे होते.)

रेशमा : आब्बाजानऽऽ

अमीर : हां, बेटी. आलीस? तुलाच बोलवायला सांगितलं होतं.

रेशमा : आब्बाजान, रागावलात?

अमीर : तुझ्यावर? का?

रेशमा : लावणी म्हटली म्हणून -

अमीर : *(हसतो.)* नाही बेटी, रागावलो नाही.

रेशमा : रोशन किती घाबरली, आब्बाजान! मी तिला सांगितलं, की आब्बा कधी रागवायचे नाहीत म्हणून.

अमीर : नाही बेटी, रागावलो नाही; पण तसली लावणी परत म्हणू नको. *(हसतो.)* बेटी, तुला खरं सांगू? आमचे खाँसाहेब असंच सांगत असत. त्या वेळी हिंदोस्तान-पाकिस्तान झालं नव्हतं.

खाँसाहेबांच्याबरोबर आम्ही खूप प्रवास करायचो.

रेशमा : आम्ही?

अमीर : हां! मी आणि माझा एक दोस्त- काय सांगत होतो? हां - तेव्हा आम्ही खूप गाणं ऐकायचो. चोरून-

रेशमा : खोटंऽऽ

अमीर : नाही, बेटीऽऽ. एकदम सच. तसं कुठलंच गाणं वाईट नसतं. प्रत्येकाचा ढंग, रिवाज निराळा. मला आठवतं, एक गाणं मी ऐकलं होतं. इतकी वर्षे झाली, पण ते सूर मनातून गेले नाहीत.

(अमीर आठवता आठवता म्हणू लागतो.)

दैव किती अविचारी
उधो! जीवनगति ही न्यारी
शुभ्र वर्ण बगळ्यास दिला तू
कोकिळतनू अंधारी;
कृष्णलोचने सुन्दर हरिणे
वनि वनि भ्रमति बिचारी
दैव किती अविचारी
मूर्ख भोगितो राजवैभवा
पंडित फिरत भिकारी
सुरदास विनवितो प्रभूला
क्षणक्षण हो जड भारी!
दैव किती अविचारी!

(रेशमा थक्क होते. गाणं संपतं. अमीर भानावर येतो.)

रेशमा : कुठं ऐकलंत हे गाणं? किती गोड आहे!

अमीर : यापेक्षाही गोड होतं. माझ्या मित्राची पत्नी ते गात असे. चल, चल, बेटी! बकवास फार झाली. आज मेहफिल आहे. जोखीम फार मोठी आहे.

रेशमा : आपल्याला कसली जोखीम?

अमीर : नाही, बेटी! जोखीम फार मोठी आहे. आजची मेहफिल जिंकली, तर तुझं-माझं सारं आयुष्य बदलून जाईल. चलो. रियाज एकदम शुरू हो जाय ।

(सारे बैठका घेतात. तानपुऱ्याचा आवाज उठतो. अमीर आकार लावीत गात असतो. रेशमा त्यात सूर मिसळत असता प्रकाश

मंद होतो. परत रंगमंच प्रकाशतो. तेव्हा अमीर एकटा उभा असतो.)

अमीर : जीवनाच्या अत्यंत आनंदाच्या प्रसंगी ही हुरहूर मनाला का छळते आहे? कालची मैफल जिंकूनही तो आनंद का टिकू नये! एक मैफल जिंकीत असता दुसरी साफ उधळली गेली. संगीताखेरीज या जीवनाला दुसरा कुठलाच का आनंद नाही? संगीत! तो एकच आधार!!

संगीतरस सुरस
मन जीवनधार!

   सूर ताल लय धून
   नटला विविधरंगि
   स्वरूप ओंकार
आनंदघन असा
बरसे नभातून
हा वेद श्रुतिमान
   सुखसार!

(गाणे संपते, तोच उर्दू वर्तमानपत्र घेतलेला उमर प्रवेश करतो.)

उमर : खाँसाहेब, कालची मैफल आपण गाजवली. हिंदोस्तानातल्या सगळ्या अखबारांमध्ये आपलं नाव आहे. रोशनदीदीच्या गाण्याचीसुद्धा खूप तारीफ...

अमीर : हां! मी वाचलंय. पण इथली मैफल गाजवूनही आपण हरलो. उमर, कलावंतांच्या जीवनात अनेक मैफली जिंकल्या जातात; पण मनात कोरली जाते, ती हरल्या मैफलीचीच निशाणी. जी हार सलते, तिची यादगारी...

उमर : कसली हार?

अमीर : उमर, या हिंदोस्तानातल्या सर्वांत मोठ्या मेहफिलीला एवढ्या लांबून आपण आलो, ते का मैफल जिंकण्यासाठी? उमर, मला हरवलेला सूर मिळाला असता, तर किती बरं झालं असतं! श्यामा लहान होती. त्या अजाण पोरीला आईची अखेरची भेटसुद्धा झाली नाही. छातीशी लपेटलेली पोर तशीच तुझ्या हाती देऊन तिला घराबाहेर काढली. भाभी गेल्यानंतर मी दिल्लीला जाऊन आलो; पण श्री भेटला नाही. पत्रं पाठवली,

ती सारी परत आली. एक-ना-एक दिवस तो मला भेटेल आणि त्याची अमानत त्याच्या हवाली करीन, या आशेवर जगलो. त्यासाठी हे आमंत्रण स्वीकारलं. कुठे जरी गाठ पडली नाही, तरी मेहफिलीत त्याची गाठ पडेल... पण त्याची भेट झाली नाही. तो दिसला नाही. ठीक आहे. उमर, त्या अल्लाकडे एकच दुवा मी मागतो. श्री भेटला नाही तरी चालेल, त्याची अमानत मी जीवापलीकडे जपेन; पण तो कुठेतरी असावा. सुखरूप असावा. जिंदा असावा.

(आतून रेशमा, रोशन येतात.)

उमर : खाँसाहेब...

अमीर : क्या है?

उमर : साऱ्या अखबारांनी आपल्या मेहफिलीचं कौतुक केलं, पण रेशमादीदी... तिचं नावच नाही.

अमीर : अं?

(मागे वळून पाहतो; रेशमाला पाहताच त्याच्या ध्यानी येतं. हसतो. रेशमा संतापून पुढे येते.)

रेशमा : वाचायला येतं?

उमर : येतं ना? *(वर्तमानपत्र चाळीत)* येतं; पण तुझं नाव नाही.

अमीर : *(हसतो.)* कशाला संतापतेस रेशमा? तुझ्या माघारी तू गायलेल्या दादऱ्याचीच तारीफ करीत होता तो.

रोशन : तू दादरा गायलीस?

रेशमा : नाही तर काय गाणार? या हिंदोस्तानात किती तऱ्हेने गातात? थक्क होऊन गेले मी. काय गावं तेसुद्धा सुचेना.

अमीर : अगदी खरं बेटी. तुला इथं आणलं, ते गाण्यासाठी नव्हे. हे गाणं ऐकण्यासाठी. हा हिंदोस्तान म्हणजे संगीताचा दरिया आहे. यातली हरएक लाट अनोखी बंदीश आहे.

रोशन : कोणता दादरा गायलीस तू?

रेशमा : 'बेदरदी नैना' गायले!!

रोशन : गाणं सांगून समजत नाही. ते गावं लागतं. म्हण ना!

अमीर : हां, बेटीऽऽ, गा.

(रेशमा 'बेदरदी नैना मिलाके चला जैहो' गाते.)

उमर : काल गाणं संपलं आणि साऱ्या शामियान्यात टाळ्यांचा एकच कडकडाट झाला. एका दादऱ्यानं सारी मैफल जिंकली.

अमीर : बेटी, नंतर तू दादरा गाइलीस. फार शहाणपणाची गोष्ट केली. तुझ्या दादऱ्यानं सारी हवा बदलली. दादऱ्याचा नखरेल दिमाख भाव खाऊन गेला.

रेशमा : तुम्हाला आवडला?

अमीर : ठीक होता.

रेशमा : *(रुसते.)* पाहिलंस, रोशन. म्हणे ठीक होता. साऱ्यांनी कौतुक केलं, पण आब्बाजान एक शब्द जादा बोलायचे नाहीत.

रोशन : रेशमा, चाचा नुसते तुझे आब्बाजान नाहीत, तर गुरूही आहेत आणि गुरूनं ठीक म्हणणं सोपी गोष्ट नाही. त्याइतकी मोठी दाद नाही.

अमीर : सच है बेटी! रेशमा म्हणते ते अगदी खरं. मी तिचा आब्बाजान ना! मग तिच्या यशाचं कौतुक मी करायचं नाही, तर कुणी करायचं? हा मोका असा आहे, की तो मिठाईनंच साजरा करायला हवा.

(दाऊद आत येत असतो. तो तसाच वळतो.)

दाऊद : मी आणतो.

अमीर : अजी वो नवाबबहादूर! कुठे चाललात?

दाऊद : मिठाई आणायला.

अमीर : नहीं बेटा! अशा मोक्याला शिळी मिठाई कोण खाईल?

उमर : जी! मी आणतो.

अमीर : मिठाई?

उमर : जी!

अमीर : कधी रबडी खरीदली होती?

उमर : जी, खरीदी नहीं, खाई है।

अमीर : तरीही मिठाई आणायला निघाला? ती काय सोपी गोष्ट आहे? बेटा, मिठाई खरेदी करायला पारख असावी लागते. सूर जाणावा तसा.

रेशमा : बस्स् ! बस् ! आब्बाजान, तुम्ही जाऊन घेऊन या. आब्बाजानला शराब नसली तरी चालेल, पण मिठाईशिवाय चालणार नाही आणि तीही स्वत: खरीदलेली. ती आब्बाजानची मिजास आहे.

अमीर	:	(उठत अचकनीची बटने लावीत) हां बेटा, आहे खरी. प्रत्येक माणसानं आपली मिजास जरूर पाळावी. मी आलोच. चल उमर, आपण मिठाई आणू.

(अमीर, उमर निघून जातात.)

रोशन	:	हा तानपुरा किती छान आहे. जवारी काय छान बोलते.
रेशमा	:	आब्बाजाननी दिला. हा तानपुरा फार जपतात ते.

(रेशमा तानपुरा उचलते. भिंतीलगत ठेवते. त्यावर कापड झाकते.)

रोशन	:	असे तानपुरे इकडे होत नाहीत.
रेशमा	:	चुकतेस तू. तानपुरे इकडचे आहेत. मिरजेला असे तानपुरे होतात. तसे आख्ख्या हिंदोस्तानात होत नाहीत म्हणे. फार मोठा गाव नाही म्हणे!
रोशन	:	मामुली! मिरज! नहीं, रेशमा. फार मोठं शहर आहे ते. तिथंच खाँसाहेब अब्दुल करीमखाँनी अखेरची विश्रांती घेतली आहे. हा संगीत समारोह कसला? दर वर्षी त्या कबरीसमोर या देशातले मोठे कलावंत, गायक, तंतकार जमतात. श्रद्धेनं हजेरी लावतात. फुलांच्या सुगंधानं दरवळणाऱ्या त्या कबरीसमोर चांदण्या रात्री होणारी ती हजेरी अलौकिक असते. हजारो रसिक भरल्या दिलानं ती ऐकतात. ज्या देशात खाँसाहेबांसारखे पीर आहेत, तेथे बाज चांगले बनले, तर त्यात आश्चर्य कसलं?

(त्याच वेळी बन्सी पाठोपाठ श्रीकांत प्रवेश करतो. दाऊद-रोशनचं लक्ष त्याच्याकडे जातं. रोशन गडबडीनं उठते. कुर्निसात करते. रेशमा संकोचानं उभी असते.)

रोशन	:	पंडितजी, केव्हा आलात?
श्रीकांत	:	आजच आलो. या भागात आलो. वाटलं कळवून जावं. (रेशमाकडे पाहत) मेहमान आलेत वाटतं?
रोशन	:	जी! पाकिस्तानची मशहूर गायिका ती हीच– रेशमा! कालच्या संगीत मेहफिलीत गायली आणि पंडितजी, हिने मेहफिल जिंकली. रेशमा, हेच माझे गुरू पंडितजी!
रेशमा	:	(आदाब अर्ज करते) पंडितजी, हिने माझी खोटी तारीफ केली.
श्रीकांत	:	(हसत) रेशमाजी, रोशन माझी शिष्या आहे. ती खोटी तारीफ करायची नाही. संगीताची तर मुळीच नाही.

रोशन : पंडितजी, मी सांगितलं, ते अगदी खरं आहे. हिचा आवाज तर...

रेशमा : रोशन-

श्रीकांत : आपली ओळख झाली. आनंद वाटला. कधी योग येईल, तेव्हा गाणं ऐकू.

रोशन : योग कसला, पंडितजी! यासारखा योग हुडकून तरी सापडेल का? आपण आज्ञा केलीत, तर जरूर गाईल ती!

श्रीकांत : आज्ञा करायचा मला अधिकार नाही; पण विनंती जरूर करीन.

रोशन : रेशमा, संगीताची बूज बाळगणाऱ्यांनी ज्याच्यापुढे नतमस्तक व्हावं, असे हेच ते पंडितजी. रेशमा, दर्ग्यासमोर ज्या निष्ठेनं गाशील, त्या निष्ठेनं गा.

रेशमा : *(संकोचानं)* काय गाऊ?

श्रीकांत : दिल चाहेल ते गा. साथीबरोबर... साथीविना... कसंही,-- फक्त मनापासून गा.

(रेशमा गात असते.)

विकल मन आज झुरत असहाय!
नाहि मज चैन, क्षण क्षण झरति नयन
सांगू कोणा?
विकल मन आज झुरत असहाय
ही चांदरात, नीज नच त्यात,
विरह सखि, मी कुठवर साहू?
नाही मज चैन, क्षण क्षण झरती नयन
सांगू कोणा?
विकल मन आज झुरत असहाय!

(श्रीकांत तल्लीनतेने ऐकत असता हळूहळू अस्वस्थ होतो. बेचैन होऊन हात वर करतो. गाणे थांबते.)

श्रीकांत : हा आवाज, हा ढंग, हा रियाज सारं माझ्या परिचयाचं आहे.

रेशमा : जी! गाणं आवडलं नाही?

श्रीकांत : आवडलं, हा शब्द फार अपुरा आहे. तुझं गाणं ऐकून मी थक्क झालो. तुमची रोशननं केलेली तारीफ काही खोटी नाही. हे गाणं मी उम्रभर विसरणार नाही.

रेशमा : बस्स! आता फार तारीफ करू नका. आपल्यासारख्या जाणकाराकडून

झालेली तारीफ सहन करायला फार ताकद लागते.

श्रीकांत : राहिलं! तुमचं गाणं ऐकायला मिळालं, त्याबद्दल...

रेशमा : आशीर्वाद मिळावा!

श्रीकांत : जरूर! पण कुणी शिकवलं हे गाणं?

रेशमा : आब्बाजाननी!

(रेशमा झाकून ठेवलेल्या तानपुऱ्याकडे जाते. वरचं आच्छादन काढते. तानपुरा उचलते. समोर घेऊन येते. तानपुरा पाहून श्रीकांत दचकतो. उठतो.)

रेशमा : आपला स्पर्श याला व्हावा. तोच आशीर्वाद मला मिळावा.

श्रीकांत : कुणाचा हा तानपुरा?

रेशमा : माझा! आब्बाजान दुसरा तानपुरा मला छेडू देत नाहीत.

श्रीकांत : *(तानपुऱ्यावरची नजर न काढता अस्वस्थ होतो.)* कोण आब्बाजान? *(त्याच वेळी दरवाजातून हाक येते. 'बेटी, मिठाई लाया हूँ।' म्हणत अमीर आत येतो. श्रीकांत-अमीर एकमेकांकडे पाहतात. चकित होतात.)*

अमीर : कौन श्रीकांतभय्याऽऽ? अरे दोस्त, कुठे होता इतके दिवस? तुला हुडकण्यात किती वर्षे लोटली! *(अमीर पुढे धावतो. श्रीकांतला मिठी मारतो. मिठाईचा पुडा खाली पडतो. मिठाई विखुरली जाते. श्रीकांत त्या मिठीतून तुटकपणे बाजूला होतो. अमीर आश्चर्यचकित होतो.)*

अमीर : अरे, मला ओळखलं नाहीस? *(श्रीकांत नकारार्थी मान हलवतो.)*

अमीर : अरे, मी तुझा दोस्त अमीर. लाहोरात आपण वाढलो. एका उस्तादाकडे आपण गाणं शिकलो. मला विसरलास?

श्रीकांत : विसरायचं ठरवून विसरता आलं असतं, तर किती बरं झालं असतं! साऱ्या संसाराची धुळधाण झाली. तरी त्या भूमीची आठवण जात नाही. सुटत नाही. या हिंदोस्तानात येऊन इतकी वर्षे झाली, पण इथं परकं वाटतं. आपल्या मुलखातली माणसं भेटली, पण नको तेवढीच!

अमीर : नको श्रीऽऽ. असा गुस्सा करू नको.

श्रीकांत : राग? आणि तुझ्यावर? तुझ्यावर राग कशासाठी करू? जिथे

त्या गजाननाचे चार हात संसार राखायला दुबळे ठरले, तिथे तुझ्यावर राग कशासाठी करू? तेवढा क्षुद्र नाही मी.

अमीर : असं बोलू नको, श्री! तो मोठा रेहमदिल आहे. त्यानं मनात आणलं, तर काय होणार नाही. गेलेलं सुख तो परत आणून देईल.

श्रीकांत : *(खिन्नपणे हसतो.)* शक्य आहे. परमेश्वरच तो. त्यानं मनात आणलं, तर काय होणार नाही? *(कठोर बनतो.)* अमीर, त्यानं मनात आणलं, तर माझी हरवलेली लक्ष्मीदेखील तो परत आणून देईल; पण ती माझ्या घरात येणार नाही.

अमीर : अं?

श्रीकांत : आमची माणसं हरवतात, तेव्हा ती कायमचीच हरवली जातात. ती जीवनात परत येत नाहीत. निदान या जन्मी तरी --

अमीर : *(भयग्रस्त होतो.)* असं बोलू नको... बोलू नको! अरे, आपली माणसं ती आपलीच माणसं. तो रिश्ता कधी तुटतो का?

श्रीकांत : ते तुला कधी कळायचं नाही. त्याला हिंदू म्हणूनच जन्मावं लागतं.

अमीर : माझं ऐक श्री! तू मनात काही आणू नकोस. सारं विसरून जा.

श्रीकांत : काय विसरू?

अमीर : जे घडलं ते! झाली गोष्ट होऊन गेली. ते आठवून जगायचं बळ येत नाही रे!

श्रीकांत : अमीर, ते तुला समजायचं नाही. फार लहान आहेस तू. न दिसलेल्या प्रेयसीसाठी जीवन बरबाद करून घेण्याइतकं जीवन मिजासखोर नाही. काहींना जीवनात फार सोसावं लागतं. किती सोसावं, यालाही मर्यादा आहेत ना! तुला माहीत नाही. मला त्या गाडीनं जाता आलं नाही. स्टेशनवर ती दंगल उसळली. एकच कत्तल सुरू झाली. सुरांच्या आवाजाची सवय असणारा मी. तो आक्रोश... त्या किंकाळ्या... या बन्सीनं मला पाठीशी घालून वाचवलं. दिसणाऱ्या सावलीला भिऊन जीव वाचवीत घर गाठलं; पण तेथे साक्षात जीवनाची राख सामोरी उभी होती. जिवाचं भान हरपायला आणखीन काय लागतं! जळलं ते माझं घर म्हणायची हिंमत मला झाली नाही. घडलं, त्याचा सूड घेता आला नाही. सारं चूपचाप सोसलं. माझ्यासारखा दुबळा, भेकड दुसरा कोण असणार! *(हसतो.)* या बन्सीनं भारतात कसं आणून

सोडलं, तेसुद्धा आठवत नाही. अमीर, या जगातल्या प्रत्येकाला वेगळीच सुरावट परमेश्वरानं दिली आहे. माझ्या वाट्याला भैरवी आली. तीत तीव्र स्वर येणार कुठून!

अमीर : अशी फसवणूक करून जगता येणार नाही श्री! फार काळ ते टिकणार नाही. घडलं ते एक भयानक स्वप्न होतं असं समज. ते विसरून जा.

(त्याच वेळी बन्सी पुढे येतो. कुणाच्या लक्षात यायच्या आत तो रेशमाचा हात धरतो. रेशमा उद्गारते. अमीरचं लक्ष तिकडे जातं. काय होतंय हे समजायच्या आत तो बन्सीच्या मुस्काटात मारतो.)

बन्सी, अरे तू! तुम्हाला झालंय तरी काय?

बन्सी : *(हसतो)* अमीरसाब, नुसता मुलीचा हात धरला तर तमाचा मारलात आणि मालकांचा सारा संसार उजाड झाला. बायको, मुलगी यांची कत्तल झाली. कुणी लहान म्हटलं नाही, ना कुणी मोठे आणि ते सारं विसरायला सांगता? कसं विसरायचं?

अमीर : माफ कर बन्सी. विसरावं लागतं. विसरलंच पाहिजे. त्याखेरीज माणूस जगत नाही. जगला तरी त्याला अर्थ राहत नाही.

श्रीकांत : अमीर, बस्स कर! कानात अत्तराचे फाये ठेवून अंगाची दुर्गंधी विसरली जात नाही, की माणसाचं मनही सुगंधित होत नाही. विसरायला तू सांगतोस? एवढा का मी अजाण आहे? एका वावटळीत माझा संसार उजाड झाला असं मी केव्हाच मानलं. ते तुझ्याकडून शिकण्याची मुळीच इच्छा नाही. जे झालं ते केव्हाच विसरून गेलो; पण जे समोर दिसत आहे ते कसं विसरू?

अमीर : काय दिसतं?

श्रीकांत : तू!

अमीर : मी?

श्रीकांत : हो तूच! घरच्या माणसांसकट हवेली जळून खाक झाली. तेही मी सोसलं असतं, पण ते घडलं तेव्हा तू तेथे होतास... उघड्या डोळ्यांनी आणि भरल्या मनानं ते तू पाहिलंस. ते मी कसं विसरू?

अमीर : खोटं!

श्रीकांत	:	तू तेथे नव्हतास?
अमीर	:	होतो, पण...
श्रीकांत	:	चूप! पाक जागेत नापाक माणसं राहत नसतात म्हणणारा तूच!
अमीर	:	पण श्री... माझं ऐक-
श्रीकांत	:	बोलतो कशाला? ती हवेली जाळायला तूच लावलीस ना? अमीर, अरे उभ्या आयुष्यात मी कधी जातपात मानली नाही. तुला मित्र नव्हे भाऊ मानला. अरे, ज्या लक्ष्मीनं तुला पोसलं... जपलं... त्या मायेची ही कदर?
अमीर	:	हाय अल्ला! काय बोलतोस?
श्रीकांत	:	मी काही बोलणार नव्हतो. तू बोलायला लावलंस. गवई म्हणून घेतोस स्वतःला. देवानं सूर दिला आणि मन द्यायला कसं विसरला? तानपुऱ्याच्या सुरेल तारा छेडणाऱ्या बोटांना ती नाजूक वेल जाळायचं बळ आलं कुठून! सुरांची सवय झालेल्या कानांना अश्राप पोरांची किंकाळी कशी ऐकवली?
अमीर	:	बस्स कर श्री, बस्स कर! *(कानांवर हात ठेवतो. सारं बळ एकवटून तो म्हणतो)* खोटं! साफ खोटं!
श्रीकांत	:	खामोष! काय खोटं? उघड्या डोळ्यांनी तो तानपुरा बघ. जळलेल्या हवेलीत का तो तुला सापडला? अरे, गवई म्हणून घेतोस आणि तानपुरा लुटतोस? काही बोलू नकोऽऽ तुझ्यासारखा कमीना... दगलबाज मी या जन्मात पाहिला नाही.
		(रेशमा संतापाने उफाळते. दोघांच्या मध्ये येऊन उभी राहते.)
रेशमा	:	कुणाला म्हणता नीच, कमीना... आब्बाजानला... आणि इथं? तुम्ही असाल मोठे. मला त्याची पर्वा नाही. चालते व्हा इथून...
श्रीकांत	:	हा इथं आहे हे माहीत असतं तर चुकूनही या जागेत मी पाऊल ठेवलं नसतं. उभ्या आयुष्यात तुमचं तोंडही पाहायची इच्छा नाही. चल बन्सी --
		(श्रीकांत व बन्सी संतापाने निघून जातात. अमीर थक्क होऊन दरवाज्याकडे पाहतो. त्याच संभ्रमात तो उभा असतो. रेशमा जवळ येते).
रेशमा	:	आब्बाजान!
अमीर	:	अं! *(रेशमाकडे पाहतो. डोळ्यांतून अश्रू निखळतात)* बेटी, माझ्या खानदानात अशी कोणती कमतरता पडली, की हे वर्तन

तुझ्या हातून घडावं. तुझी आदब, इज्जत गेली कुठं? आमच्या मैत्रीचा सिलसिला हवा तसा तुटेल. त्याच्याशी तुझा काय संबंध? संगीताचा रियाज करतेस ना? मग संगीताचा साक्षात वालीद समोर असताना त्याची बेइज्जत करणारी चवचाल जीभ आणलीस कुठून! कुठून आली ही हिंमत? आज माझं सारं खानदान मिट्टीत मिळालं. या अल्ला परवरदिगारऽऽ

(चकित झालेल्या रेशमाला ते असह्य होतं. ती रडत असते. ओढणीनं डोळे टिपत असते. अमीरचं लक्ष तिकडे जातं.)

रेशमा : पण आब्बा, त्यांनीच तुमचा अपमान...

अमीर : तुझा तर केला नाही ना? सूर्यानं ताप दिला, तर त्याच्यावर थुंकू नये. त्यानं आपलंच तोंड खराब होतं. बेटी, आदब कधीही विसरू नये.

रेशमा : आदब मी विसरले नाही. ते विसरले. दोस्त ना तुमचे?

अमीर : हां बेटी हां! पुढे बोलू नकोस. तो माझा दोस्त आहे म्हणूनच त्याने माझी नफरत केली. दोस्तानं रागवायचं नाही, तर कुणी रागवायचं?

रेशमा : आब्बाजान, तुमच्याएवढी मी मनानं मोठी नाही. तुम्हाला पंडितजी बोलले त्याबद्दल ती त्यांना कधीही क्षमा करणार नाही.

अमीर : खामोष! बेटी, तू त्याला क्षमा करणार? कोण समजतेस स्वत:ला? त्याच्या जोड्यापाशी बसण्यात धन्यता मानावी, अशी त्याची योग्यता आणि तू त्याला क्षमा करणार? *(हसतो)* तुझा दिमाग हरवलेला दिसतोय.

रेशमा : मैं शरमिंदी हूँ आब्बाजान!

अमीर : जरूर शरमिंदी होनेकी बात छेडी तूने। असा अविचार परत कधी करू नकोस.

रेशमा : आब्बाजान, हवं तर मी त्यांची क्षमा मागते. तुम्हाला बरं वाटेल.

अमीर : मला बरं वाटेल म्हणून क्षमा मागायचं काही कारण नाही; परंतु तुला जर चुकलं असं वाटत असेल, तर जरूर क्षमा मागून ये. क्षमा मागण्यानं माणसं लहान ठरत नाहीत. ती मोठी होतात. फार थोड्यांना कळतं हे!

रेशमा : मी जरूर क्षमा मागीन.

अमीर : आत्ताच जा. रोशनकडून पत्ता घे आणि उमरला बरोबर घेऊन

जा. जा!

रेशमा : मी बुरखा आणते.

अमीर : बुरखा? काही गरज नाही. बुरख्यानं काही राखलं जात नाही, हे कळून चुकलं आहे मला.

(रेशमा गडबडीनं आत जाते. अमीर अचकनीच्या खिशातून कागदाची पुडी काढतो. उमरच्या हाती देतो.)

अमीर : माहीत आहे ना काय आहे ते?

उमर : जी!

अमीर : इथं आल्यापासून ही ठेव सदैव बाळगली. उमर, त्याचं मन कशानंही पाझरलं नाही, तरी यानं पाझरेल. आत रोशन आहे. तिच्याकडून पत्ता घे आणि टॅक्सी करून जा. मोका मिळाला तर ते त्याला दे. नाहीतर तसाच माघारी ये.

(उमर आत जातो. रेशमा बाहेर येते.)

रेशमा : आब्बाजान, जाऊन येऊ?

अमीर : हां बेटी. जरूर जाऊन ये.

(रेशमा 'उमर' निघून जातात. अमीर एकटा राहतो.)

अमीर : लोग काटोंकी बात करते है हमने तो फुलोंसे जख्म खाई.

काटा रुते कुणाला   आक्रंदतात कोणी
मज फूलही रुतावे   हा दैवयोग आहे!
सांगू कशी कुणाला   कळ आतल्या जिवाची?
चिरदाह वेदनेचा   मज शाप हाच आहे?
काही करू पहातो   रुजतो अनर्थ तेथे
माझे अबोलणेही   विपरीत होत आहे!
हा स्नेह, वंचना की,   काहीच आकळेना
आयुष्य ओघळोनी   मी रिक्तहस्त आहे!

(गाणे संपते. घाबरलेला दाऊद आत येतो. टोपी झटकतो.)

दाऊद : हाय अल्ला! मर गयाऽऽ

अमीर : क्या हुआ?

दाऊद : रोशनदीदींना शिकवायला येतात ते तुमचे दोस्त पंडितजी - त्यांच्या मोहोल्ल्यात दंगल सुरू झालीय असं ऐकलं.

अमीर : *(अमीर धावून त्याची अचकन पकडतो.)* क्या ये सच है?

दाऊद	:	*(अचकन सोडून घेत)* हां जी?
अमीर	:	या अल्ला, खुदा परवरदिगार! तुझ्या मनात आहे तरी काय? एक छोटीशी अमानत जपतो म्हटलं, तरी तुला ते मंजूर नाही. माझ्या हातानं माझी बेटी खाईत लोटली. मीच तिला खाईत टाकली. चलोऽऽ

(दोघे त्वरेने निघून जातात.)

(अंक दुसरा समाप्त)

अंक तिसरा

(पडदा उघडतो तेव्हा श्रीकांतचा फ्लॅट नजरेत येतो. घर साधं, पण टापटीप दिसतं. लक्ष्मीचं तैलचित्र नजरेत भरतं. बैठकीवर तानपुरा ठेवलेला आहे. श्रीकांत तानपुरा छेडत आहे. बन्सी श्रीकांतकडे त्रासिकपणे पाहत असतो. खुंटीला कपडे लावलेले असतात. तिकडे बन्सी जातो. श्रीकांतचा झब्बा मोठ्याने झटकतो. श्रीकांत तिकडे पाहतो. परत तानपुरा छेडू लागतो. तोच फुलदाणी पडल्याचा आवाज येतो. श्रीकांत तानपुरा छेडायचा बंद करतो.)

श्रीकांत : बन्सीऽऽ

बन्सी : जी!

श्रीकांत : काय करायचं ते आवाज न करता कर.

बन्सी : मालक! ते आपल्याला जमतं. मला जमत नाही.

श्रीकांत : काय? काय म्हणालास?

बन्सी : तानपुरे छेडले जातात; पण आवाज उठत नाही, गाता येत नाही तर तानपुरे छेडावेत कशाला?

श्रीकांत : बन्सीऽऽ

बन्सी : मालिक, मला हे आता सोसत नाही. मी तुमचा घरचा नोकर. माझी पायरी कळतेय मला; पण मालिक, मी या हातांनी तुम्हाला अंगाखांद्यावर खेळवलं, वाढवलं. घरदार बुडालं तरी जपलं; ते हे बघायला नव्हे.

श्रीकांत : बन्सी, तुला झालंय तरी काय?

बन्सी : तेच कळत नाही. ते भेटल्यापासून नुसते घरात बसून आहात.

तानपुरा छेडला जातो, पण गाण्याचे सूर उमटत नाहीत. नुसता तानपुरा ऐकून डोकं फिरायची वेळ आली.

श्रीकांत : तानपुऱ्याच्या बेसूर तारा जुळवता येतात. मनाच्या तारा तशा जुळवता आल्या असत्या, तर किती बरं झालं असतं. तानपुऱ्याच्या चार तारांच्या झंकारांत सात सूर निघतात; पण त्या छेडण्याबरोबर मनातले असंख्य भेसूर बदसूर बंड करून उठतात; ते तुला कसं समजणार! बन्सी, ती मुलगी गायली ना, जीव बेभान होऊन उठला. बन्सी, ती मुलगी गात होती आणि मला आठवत होती लक्ष्मी. लक्ष्मीचा आवाज तसाच होता ना रे! तोच ढंग. तीच ठेवण.

बन्सी : मालिक, आवाज तोच होता, पण जात ती नव्हती.

श्रीकांत : बन्सी, जीवनातला उजेड सरला म्हणून अंधाऱ्या रात्री आशेनं आकाशातल्या ताऱ्यांकडे पाहत असावं आणि अचानक एकापाठोपाठ तारे निखळून पडावेत. पाहता पाहता आकाश काळोखात बुडून जावं, अशी करामत त्या गाण्यानं केली. त्या अमीरनं नको ते सूर तिच्या गळ्यात भरले. माझा एवढा मोठा सूड कोणी उगवला नसेल. ऐकू येतात नको ते सूर. आठवतात नको त्या आठवणी.

बन्सी : म्हणून तानपुरा छेडत बसला? जुने सूर विसरायचे असेल, तर नवे सूर आठवायला नकोत?

श्रीकांत : नवे सूर?

बन्सी : हां मालिक! तुम्ही गा. जेथे वेद म्हटले जातात, तेथे भुते थांबत नाहीत.

श्रीकांत : गा म्हणून गाता येत नाही बन्सी.

बन्सी : ठीक आहे. मालिक, तुम्ही असाच तानपुरा छेडत बसा. या जगात माझं कोणी नाही. मी जाणार तरी कुठे? मी चाकर. माझ्या सफेद केसांची तुम्ही तरी लाज का बाळगावी?

(थकलेला बन्सी सावकाश जाऊ लागतो. त्याच्या कानावर श्रीकांतच्या गाण्याचे सूर पडतात. तो आनंदाने वळतो. श्रीकांतची बेचैनी गाण्यातून व्यक्त होत असते.)

छेडियल्या तारा
हे गीत येईना जुळून!

फुलते ना फूल तोच
जाय पाकळी गळून!
आकारून येत काहि
विरते निमिषात तेहि
स्वप्नचित्र पुसुनि जाय
रंग रंग ओघळून !
क्षितिजाच्या पार दूर
मृगजळास येई पूर
लसलसते अंकूर हे
येथ चालले जळून !

(गाणं संपतं. त्याच वेळी भयभीत झालेली रेशमा व उमर प्रवेश करतात.)

बन्सी : *(त्यांना पाहताच संतापाने)* कोण! तुम्ही? का आलात? दुसऱ्याच्या घरात जाताना परवानगी घेण्याचीसुद्धा सभ्यता राहिली नाही का?

श्रीकांत : बन्सीऽऽ *(रेशमाकडे पाहतो)* रेशमा, हे सभ्य माणसाचं घर आहे. येथे अनाहूत आलेल्या अतिथीलासुद्धा कोणी घराबाहेर जा म्हणणार नाही. काय झालं?

रेशमा : माफ करना! इथे दंगल उसळलेय. आपली माफी मागण्यासाठी आम्ही येत होतो. तोच गुंड मागे लागले. मला वाचवा.

बन्सी : *(हसतो)* वाचवा म्हणून कोणी वाचत नाही. या जगात अल्लाच नाही. परमेश्वरसुद्धा आहे.

श्रीकांत : बन्सीऽऽ

(तोच दारातून गुंड आत येतो. त्याच्या हातात सुरा आहे. श्रीकांतला पाहताच मागे लपवतो. गुंडाला पाहताच रेशमा, उमर श्रीकांतच्या मागे जातात.)

श्रीकांत : काय हवं?

गुंड : पंडितजी, त्या दोघांना बाहेर पाठवा.

श्रीकांत : कारण?

गुंड : त्यांची आज कत्तल होणार आहे.

श्रीकांत : आणि नाही पाठवलं तर?

गुंड : मी एकटा नाही पंडितजी. माझे साथीदार आहेत बाहेर. तुम्ही

मानलं नाही, तर जे रस्त्यावर होणार ते तुमच्या देखत होईल.

उमर : पंडितजी!

श्रीकांत : घाबरू नका. गुंडांच्या अरेरावीला सज्जन नेहमीच भितात आणि मागे सरतात. म्हणून कुठेही आघाडीवर गुंडांची मालिका दिसते. *(गुंडाकडे वळून)* घर माझं आहे. जोवर मी येथे उभा आहे तोवर माझ्या घरी आश्रय मागणाऱ्या कोणालाही धक्का लागणार नाही.

गुंड : *(आश्चर्याने)* पंडितजी, आपण हे सांगता? घरदार हरवलं. बायकामुलांची कत्तल झाली. ज्यांनी हे केलं त्यांची ही अवलाद. त्यांना पाठीशी घालता?

बन्सी : मालिक, सापाला दूध पाजलं, तरी एक ना एक दिवस तो उलटतोच. तुम्हाला आठवत नसेल कदाचित, पण मला सारं आठवतं. या कपाळावरच्या जखमेइतकीच ती निशाणी या मनावर कोरलेली आहे. मालिक, स्टेशनवर दंगल उसळली आणि एकच कत्तल सुरू झाली. आईच्या छातीशी लपेटलेली अर्भकं याच माणसांनी आपल्या हातांनी छिनावून घेऊन तलवारीचे घाव चालवले. अशीच एक तलवार तुमच्या रोखानं येत होती. ती याच छातीनं झेलली. मालिक, तुम्ही यात पडू नका. असा मोका हुडकूनही मिळणार नाही.

श्रीकांत : *(हसतो)* खरं आहे बन्सी. असा मोका हुडकूनही मिळायचा नाही. एका जिवाला वाचवण्यासाठी ज्यानं स्वत:ची ढाल केली तोच माणूस आश्रयाला आलेल्या दुसऱ्या माणसांची कत्तल पाहू इच्छितो. असा मोका पाहायला मिळणार तरी कुठून!

बन्सी : ते मला माहीत नाही. मला आठवतं ते फक्त रक्त! सांडलेलं, तुडवलेलं. मालिक, होशवर या. आपल्याला कोणी दया दाखवली नाही. कोणी म्हातारं म्हटलं नाही. ना कुणी अजाण पोर म्हणून जाणलं.

श्रीकांत : माहीत आहे मला. माझ्याइतकं त्याचं दु:ख कोणी सोसलं नसेल. त्या वेदनांचा दाह माझ्याइतका कुणाला कळणार? म्हणूनच ते दु:ख कुणी सोसावं, असं मला वाटत नाही. या पोरीची कत्तल झाली, तर त्या अमीरला काय वाटेल! जात हवी ती असो; बापाचं मन एकच असतं ...एकच असतं!

बन्सी : हे मन त्याला असतं, तर भर दिवसा मालकिणीची, मुलीची कत्तल त्याने पाहिली नसती. मालिक, आठवा... श्यामा बेटी...

त्या मासूम बेटीवर हत्यार चालवलं गेलं असेल तेव्हा त्या पोरीनं...

श्रीकांत : बन्सीऽऽ बोलू नको बन्सीऽऽ

गुंड : पंडितजीऽऽ

बन्सी : मालिक, माझं ऐका. अशी संधी परत यायची नाही. तुम्हाला पाहवत नसेल, तर तुम्ही आत चला. सारं माझ्यावर सोपवा.

श्रीकांत : माझ्याइतकं पाहिलंय कुणी! सुडाची एवढी प्यास तरळते आहे. तुला सूडच घ्यायचा आहे ना... मग त्या भाडोत्री गुंडाच्या हातून कशाला घेतोस?

(श्रीकांत धावतो. गुंडाच्या हातून सुरा घेतो. बन्सीच्या हाती सुरा देतो.) पाहतोस काय? चालव त्या मुलीवर. चालव म्हणतो ना? ज्या हातांनी मुलं वाढवली, त्या हातांनं सुरा कसा चालवला जातो ते मला पाहू दे. उचल सुरा. थांबलास का? *(बन्सीच्या हातून सुरा गळून पडतो. त्याच वेळी बाहेर पोलिसांच्या गाडीचा सायरन वाजतो. गुंड भयभीत होतो. गडबडीने सुरा घेण्यासाठी वाकतो.)*

श्रीकांत : तो सुरा राहू दे. पोलिसांनी पाहिलं, तर मुसीबत येईल. परत केव्हाही येऊन तुमचं हत्यार घेऊन चला.

(गुंड गडबडीनं निघून जातो. श्रीकांत हसतो.)

श्रीकांत : पाहिलंस बन्सी. काय झालं ते.

रेशमा : *(पुढे होते)* आपल्यामुळे आमचे प्राण वाचले. आपले उपकार...

श्रीकांत : उपकार माझे नाहीत. माणूस आपल्या आदतीचा गुलाम असतो.
सख्त हैरा हूँ, ए क्या दुनियाकी हालत हो गयी
जिसपे एहसाँ कर दिया उसको अदावत हो गयी
मगर है दिल तुमको आदत खैर की जाती नही
बेहया जौंके-करमसे अब भी शर्म आती नही
दुष्टांच्या मनात दया उपजत नाही आणि सज्जनांचे वळण सुटत नाही, त्यामुळे तर दुनिया हैराण झाली.

उमर : पंडितजी, आपला फार मोठा गैरसमज झाला आहे. जे झालं त्यात खाँसाहेबांचा...

श्रीकांत : बस्स कर उमर. या घरात त्याची तरफदारी करू नको. मी सज्जन असेन. सज्जनांच्याही काही मर्यादा ठरलेल्या असतात. या

घरात परत ते नाव उच्चारू नको. रेशमा, तुम्ही का आला होता?

रेशमा : आपली माफी मागण्यासाठी.

श्रीकांत : माफी! कशाबद्दल?

रेशमा : माझ्याकडून आपला नकळत अपमान झाला...

श्रीकांत : नकळत नव्हे. जाणूनबुजून आणि जी गोष्ट जाणूनबुजून केलेली असते त्याबद्दल माफी मागण्याचं कारण काय? त्या फंदात तू पडू नकोस. अरे उमर, तुलाही शेर करायचा नाद होता ना? नवा शेर बांधलास की नाही?

उमर : जी! बांधला नाही, ऐकलाय.

श्रीकांत : सांग ना!

उमर : आदमी लाख सम्हलने परभी गिरता है
मगर झुकके जो उठा ले, वो खुदा होता है।

श्रीकांत : *(एकदम कठोर होतो)* यातला खुदा कोण? तो का मी?

उमर : मी फक्त शेर ऐकला.

श्रीकांत : दुसरा ऐकव.

उमर : जी!

श्रीकांत : दुसरा ऐकव! आहे हिंमत!

उमर : खटमल घरमें घुसे मुसीबत आ गयी।

श्रीकांत : व्वा! हा मात्र खास तुझाच शेर दिसतो. बोल.

उमर : खटमल घरमें घुसे मुसीबत आ गयी... हवेली जलाकर उससे छुटकारा पायी।

श्रीकांत : *(मोठ्याने हसतो. हसता हसता गंभीर होतो)* उमर, फार लहान आहेस तू अजून. घरात ढेकूण झाले म्हणून कोणी घर जाळत नाही. घरात बेसावधपणे विस्तव ठेवला तर घर जळतं. विस्तवाचा तो स्वभाव आहे आणि विश्वासघात करण्याची ज्याची आदत असते ना, तो आपलं वळण कधीही सोडत नाही.

रेशमा : इजाजत! चल उमर...

श्रीकांत : थांबा. एवढ्यात बाहेर जाऊ नका...

रेशमा : जेथे मन साफ नाही आणि क्षमेला अवसर नाही, तेथे थांबायचंच कशासाठी?

श्रीकांत : क्षमा! पण आत्ताच बरी आठवण झाली? का तीही एक लहर?

रेशमा : लहर बाळगण्याइतकी मी अमीर नाही. आम्ही आता परत लाहोरला जाणार. परत या मुलखात येऊ न येऊ! साफ मनानं

जाता आलं असतं तर बरं झालं असतं. मला माहीत आहे. माझ्या जातीबद्दलचा राग तुमच्या मनातून कधी जायचा नाही. त्याला माझा नाइलाज आहे.

श्रीकांत : हवं ते बोलू नको रेशमा. माझा राग कुणावर नाही. तुझ्यावर तर मुळीच नाही. वेडे, जातीवर माझा राग असता, तर रोशनच्या कोठीवर गाणं शिकवायला मी गेलो नसतो. तुम्हाला वाचवलं नसतं.

रेशमा : मैं माफी चाहती हूँ । माझी चूक झाली; पण आब्बाजानवरचा राग... ते तुमचे दोस्त होते ना?

श्रीकांत : *(कठोर होतो)* रेशमा, माझा कुणी दोस्त नाही आणि रस्त्यावरच्या अनोळखी माणसावर राग करायचं मला कारण काय?

रेशमा : *(उद्विग्न बनते)* समजलं! साफ साफ सांगून टाका ना, की तुम्ही माफ करणार नाही म्हणून! तेही ऐकायची माझी तयारी आहे. *(रेशमा अधोवदन उभी असते. श्रीकांत हसतो. जवळ जातो.)*

श्रीकांत : रेशमा, वर बघ. *(रेशमा नजर उंचावते)* मी तुझ्यावर रागावलो नाही. तुला माहीत नसेल. माझीही एक मुलगी होती. जगलीवाचली असती, तर आज तुझ्याएवढीच दिसली असती. मुलांवर कुणी रागावतं का? मुलांनी चुकावं. मोठ्यांनी विसरावं. यातच खरी मौज असते. तुझ्या समाधानासाठी तुला क्षमा हवी असेल तर जरूर करेन मी.

रेशमा : *(हसते)* खरं!

श्रीकांत : त्या शब्दाला एवढी किंमत असेल, तर मी तुला क्षमा केली आहे; पण रेशमा, ज्यानं तुला माझ्याकडे क्षमा मागायला पाठवलं ना, त्याला सांग-म्हणावं, माणसाच्या मनाचा तळतळाट भारी वाईट असतो. तुलसी हाय गरीबकी कभी न खाली जाय मोवा ढोर चामसे लोहा भस्म होय जाय । लोहाराच्या घरी पाहतेस ना! मेलेल्या जनावरांच्या कातड्यापासून बनवलेल्या भात्यानं सोडलेला निश्वास लोखंडाचं भस्म करतो. मग जिवंत माणसानं सोडलेल्या निश्वासानं काय होणार नाही? त्याची भीती बाळग म्हणावं.

रेशमा : कधी भेटले, तर जरूर सांगा-

श्रीकांत : सांगेन. जरूर सांगेन. रेशमा, ती वेळ कधी येऊ नये म्हणून जपतोय मी.

रेशमा	:	आणखीन काही सांगायचं आहे?
श्रीकांत	:	हो! सांगायचं नाही. विनंती करायची आहे. ऐकशील?
रेशमा	:	आज्ञा करावी.
श्रीकांत	:	रेशमा, तू गायलीस ना, ते गाणं परत मला ऐकायचं आहे.
रेशमा	:	गरिबाची थट्टा करू नये. मला माझं गाणं काय आहे, ते माहीत आहे. आपल्यासमोर...
श्रीकांत	:	मी थट्टा मुळीच करीत नाही. ज्यानं तुला ती चीज शिकवली, ती मला माझ्या खाँसाहेबांनी दिली होती. ती अजूनही तुझ्या गळ्यात अपुरीच आहे. तू म्हण. जेथे चुकेल तेथे मी सांगेन. शिकवीन. माझ्याबद्दल तुझ्या मनात चांगला भाव राहिला नाही, तरी एवढी आठवण तुला जतन करता येईल.
रेशमा	:	आपली कृपा!
श्रीकांत	:	नाही रेशमा. तेवढा स्वार्थनिरपेक्ष मी नाही. ज्याचं जीवन उजाड बनलं आहे, त्याच्या जीवनात ओलावा निर्माण करण्याची ताकद तुझ्या आवाजात आहे. तू गात होतीस आणि माझ्या मनात हरवलेलं स्वप्न जागं होत होतं. आता तुझ्या गाण्यानं परत ते घडलं, तर ही आठवण माझ्या एकाकी आयुष्यात धून म्हणून राहील. तेवढ्यावर जगण्याचं बळ मला लाभेल. गा रेशमा- मोकळेपणानं गा. कुठे चुकतं असं वाटलं, तर मी सांगेन. माझ्याबद्दल आदर बाळगता आला नाही, तरी एवढी आठवण तुला जतन करता येईल. गाऽऽ

(रेशमा गाऊ लागते)

का धरिला परदेश, सजणा
का धरिला परदेश?

  श्रावण वैरी बरसे झिरमिर
  चैन पडेना जीवा क्षणभर
  जाऊ कोठे, राहू कैसी, घेऊ जोगिणवेष?
  सजणा का धरिला परदेश?
रंग न उरला गाली ओठी
झरती आसू काजळकाठी
शृंगाराचा साज उतरला मुक्त विखुरले केश
सजणा का धरिला परदेश?

श्रीकांत	:	*(भारावलेला)* माझ्या विनंतीला तू मान दिलास याचा मला आनंद आहे. फार वर्षांनी या जीवनात सुखाची लाट तरळून गेली. बेटी, मी श्रीमंत नाही; पण रिक्त हस्तानं तुला पाठवावं असंही वाटत नाही.
रेशमा	:	आपले उपकार मी जन्मभर विसरणार नाही. एवढं मोठं देणं मला आजवर कुणी दिलं नव्हतं.
श्रीकांत	:	मुली, या जीवनात परमेश्वरानं काही सुख शिल्लक ठेवलं असेल, तर ते सारं तुला मिळो. तुझ्या जीवनात दु:खाचा स्पर्शही न व्हावा, हा माझा तुला आशीर्वाद आहे. आज मी तृप्त आहे. समाधानी आहे.

आज सुगंध आला लहरत!
जेवी उपवनी माधवी
मी तेवी धुंद
आज सुगंध आला लहरत!
मधुमासातिल सुख नवे तैसा
हा वाहे आनंद माझा
आज सुगंध आला लहरत!

रेशमा	:	इजाजत!
श्रीकांत	:	थांब रेशमा. बरोबर बन्सी येईल. तो तुम्हाला पोहोचवील.
उमर	:	*(घाबरून बन्सीकडे पाहतो. पडलेला सुरा उचलून श्रीकांतच्या हाती देतो.)* पंडितजी! जे व्हायचे असेल, ते आपल्या हातून झालेलं चांगलं; पण याच्या...
श्रीकांत	:	उमर, तू त्याला ओळखत नाहीस का? तसा तो असता, तर त्याच्या हातून सुरा गळून पडला नसता.
		(त्याच वेळी जखमी अमीर घरात प्रवेश करतो. साऱ्यांचं लक्ष त्याच्याकडे जातं. रेशमा धावते. रेशमाला सुखरूप पाहून अमीरच्या चेहऱ्यावर समाधानाने स्मित उमटते.)
अमीर	:	बेटी, तू ठीक आहेस ना! तुला पाहण्यासाठी जीव तरसत होता. अल्ला रहेमदिल आहे. त्यानं माँग पूरी केली. तुला सुखरूप राखलं.
रेशमा	:	पण आब्बा, या जखमा... हा खून...
अमीर	:	बेटी, हा खून नाही. इन्सानियतीचा पसिना आहे. या जखमा

भरून निघतील. हे वार बुजून जातील; पण मनाचे घाव, ते कसे भरून निघणार! अरे, या दुनियेला झालंय तरी काय? ज्याची पहेचान नाही, ना दोस्ती, ना दुष्मनी... अशा बेपहेचानी माणसावर हत्यार चालवतं तरी कसं आणि तेही धर्माच्या नावावर! या जगात इन्सान इन्सान म्हणून जगत नाही. या दुनियेत जगते फक्त जात आणि मरतेही जातच! इन्सानियत कोणी पहेचानतच नाही.

श्रीकांत : अमीर...

अमीर : माफ करना... या मुलीसाठी मला यावं लागलं. नाहीतर तुम्हाला त्रास द्यायला या घरात आलो नसतो. चल बेटी...

श्रीकांत : थांबा. निघाला कुठं? बाहेर दंगल उसळलीय...

अमीर : तो क्या हुआ? आणखीन दोन निनावी माणसांचे धर्माच्या नावाखाली मुडदे पडतील हेच ना! मग त्यात काय बिघडलं?

श्रीकांत : थांब अमीर... अविचार करू नको. जखमी आहेस ना तू?

अमीर : हां! में घायल हूँ! हे वाहिलेले रक्त दिसतं. त्याचा रंग तांबडा दिसतो ना! पण आटलेलं रक्त दिसत नाही. तीसुद्धा एक जखमच असते. त्यासुद्धा भारी सगमा असतो भय्या! पण माझी फिकीर आणि तू करतोस?

श्रीकांत : *(अमीरचा हात धरतो)* इन्सानियत म्हणून! एकेकाळचा का होईना दोस्त म्हणून!

अमीर : *(हात सोडवून घेत)* छुवो मत! मी नीच, कमीना, दगलबाज ना! मग शिवतोस कशाला? इन्सानियत... हं! माहीत आहे काय चीज असते ती? आणि दोस्तीचं नाव घेतोस कशाला? मी ते केलं असं तुला वाटलं, तिथंच दोस्ती गारद झाली... तिचं दफन झालं.

श्रीकांत : अमीर...

अमीर : *(खिन्नपणे हसतो)* लहानपणापासून आपण एकसाथ वाढलो. एका उस्तादाकडे तालीम घेतली... एकटा जीव... तुमच्या संसाराचा बाज बेसूर होऊ नये म्हणून सदैव दुवा मागणारा मी. तानपुरा जुळवताना तारेला धक्का लागेल... ती तुटेल म्हणून भिणारा मी. मी तुझ्या बायको-मुलीची कत्तल करीन कसा? तुझ्या मनात तसा विचार आला. नाही, तसं वाटलं नाही तिथंच दोस्ती संपली. त्या दोस्तीचं नाव तू तरी घेऊ नकोस.

रेशमा : आब्बाजान, त्यांना बोलू नका. आज ते होते म्हणूनच आम्ही गुंडांच्या हातून सलामत राहिलो.

अमीर : मग त्यात कसलं कौतुक! तुला वाचवलं हे का उपकार? आज त्यानं तुला वाचवलं नसतं, तर या पृथ्वीतलावर उभा राहायचीसुद्धा त्याला हिंमत झाली नसती.

श्रीकांत : पापाचं समर्थनसुद्धा किती धिटाईनं होतं. लाहोरची माझी हवेली जाळली, तेव्हा तू तिथे नव्हतास?

अमीर : किती वेळा विचारशील? जरूर होतो. स्टेशनवर आपली चुकामूक झाली. दंगल उसळली. बुरखा देऊन भाभीला बाहेर काढणार होतो... पण खुदानं ते मंजूर केलं नाही. हवेलीत गेलो, तेव्हा गुंड शिरले होते आणि भाभी- अब्रू वाचवण्यासाठी उरात खंजीर घेऊन खाली ढासळली होती. एका माणसाच्या यादगारीसाठी दुनियेची सोबत सोडून अखेरची सोबत धुंडाळणारी भाभी याच डोळ्यांनी पाहिली. पाहिलं... सोसलं... सोसावं लागलं...

बन्सी : बरोबर आहे. मुसलमान ना?

अमीर : हां हां! बन्सी, ठीक कहा तुमने! मी जरूर मुसलमान; पण सच्चा! ऐकायचं आहे मी का सोसलं ते? आहे हिंमत ऐकायची? कारण... कारण खंजीर खुपसून घेऊन भाभी ढासळत होती, त्याच वेळी एक पोर 'आब्बा' म्हणून या छातीशी बिलगली होती. त्या पाक जिवाला नापाक जागेतून बाहेर काढण्यासाठी गुंड म्हणतील त्याला होकार देत होतो *(श्रीकांतकडे वळतो)*. तू म्हणाला होतास ना, की अत्तराच्या फायानं मनाची दुर्गंधी कमी होत नाही म्हणून! साफ खोटं! *(रेशमाकडे बोट दाखवून)* हा अत्तराचा फाया माझ्या जीवनात आला आणि सारं भकास जीवन खुशबूदार बनलं. ही बेटी नसती, तर काय घडलं, हे सांगायला अमीर या जगात राहिला नसता. या मुलीसाठी जगावं लागलं.

श्रीकांत : ही माझी श्यामा-

उमर : जी! खाँसाहेब होते म्हणूनच... जाऊ दे... ज्या नजरेला स्वतःची औलाद पहेचानता येत नाही, ती नजर दोस्ती काय समजणार?

बन्सी : पण आम्हाला... आम्हाला कुणीतरी सांगितलं की, हवेली तुम्हीच जाळायला लावली.

अमीर : *(हसून)* असा चाचरतोस का? हां! मीच! मी मुसलमान. दुसरं

काय करणार? भाभीची लाश तेथे पडलेली. तिचं दफन का करणार होतो? ती लाश वाऱ्या - वादळावर जाऊ नये, म्हणून मी हवेली जाळण्याचा आग्रह धरला. हवेलीचा सूर केव्हाच हरवला होता. ओसाड हवेलीचा मोह मी कशाला धरू? उमर, ते इकडं आण.

(उमर खिशातून पुडी काढतो. अमीरच्या हातात देतो. बांगड्यांचा जोड काढून श्रीकांतच्या हाती देतो अमीर.)

श्रीकांत : काय हे?

अमीर : ओळखलं नाही? दोस्त, अरे हे ओळखता आलं नाही, तर तुला या धरतीवर उभा राहायलाही जागा राहणार नाही.

श्रीकांत : *(उद्गारतो)* काय, लक्ष्मीच्या बांगड्या!

(अमीर होकारार्थी मान हलवतो. श्रीकांत थरथरत्या हातानं बांगड्या घेतो.)

अमीर : तानपुरे लुटणारा मी लुटारू. दोन दिवसांनी परत त्या जागेवर गेलो. लुटीला अंत नसतो. अनेक लोक त्या जागी हुडकत होते. कुणाला जळलेली लाकडे मिळत होती, तर कुणी कोळसा भरत होते. भाभीच्या अस्थी निदान सिंधूच्या निर्मळ जळात टाकल्या जाव्यात म्हणून मी अस्थी गोळा करीत असता तेथे मला ही निशाणी सापडली. ही तुझी श्यामा, तो भाभीचा तानपुरा आणि *(बांगड्यांकडे बोट दाखवीत)* एवढंच वाचवू शकलो मी.

श्रीकांत : *(उद्गारतो)* लक्ष्मी!

अमीर : हां! हां! निशाणी ठेवून भाभी देवी बनली; पण आपण नुसती माणसंच राहिलो. माणसंच! खोटा शक घेणारी! रिश्ता न समजणारी... बेपरवाई.... चल बेटी... *(अमीर, श्यामा जाण्यासाठी वळतात.)*

श्रीकांत : श्यामाऽऽ

(अमीर एकदम वळून पाहतो. हसतो.)

अमीर : हाक मारून बघ मागे वळून पाहते का? तसं झालं, तर या अमीरने दिलेल्या सच्चाईला मोल राहायचं नाही. दोस्त, माणसं नुसत्या धर्माच्या आधारानं जगत नाहीत. रक्ताची नाती सांगून जवळ येत नाहीत. ती जगतात जिव्हाळ्यावर! ही मागे वळून

बघेल, तर या हाताच्या सच्चाईला काही अर्थ राहायचा नाही.

श्रीकांत : थांब अमीर! अरे, दोस्त ना तू! तू क्षमा नाही केलीस, तर माझा गजाननही मला क्षमा करणार नाही. उमर, तूच शेर सांगितला होतास ना!

आदमी लाख सम्हलने परभी गिरता है
मगर झुकके जो उठा ले, वो खुदा होता है ।

उमर, खुदा मी नहीं. खुदा हा आहे.

अमीर : नाही श्री! मी खुदा नाही. त्याची किंमत मला नाही. अरे, तो मोठा रहेमदिल आहे. तू मला म्हणाला होतास, चार हात असूनही त्यानं तुझं सुख राखलं नाही. तुझे चार हात राखता आले नसतील, पण हे दोन हात जरूर राखलेत. *(रेशमाला पुढे घेऊन)* ही तुझी अमानत. तुझीच आहे बेटी. बेटी, तुझ्या खऱ्या आब्बाजानचे पाय शीव. तो खरा... मी खोटा... लहानपणीच्या खेळण्याइतकाच!

रेशमा : *(चकित झालेली)* आब्बाजान, तुम्ही मला सोडून जाणार? मी येथे राहणार नाही. मुळीच राहणार नाही.

अमीर : असं बोलू नको बेटी. त्यानं फार सोसलं, फार सोसलंय. त्याला दु:ख होईल बेटी आणि या घरात तरी तू फार दिवस थोडीच राहणार? तुझी शादी होईल. तुझी डोली उचलायला येईन. मी जरूर येईन.

श्रीकांत : तू कुठे जाणार अमीर?

अमीर : *(हसतो)* श्रीऽऽ अरे, या दुनियेत सारेच निर्वासित असतात. इथला ठिकाणा खरा नव्हे. कुठेतरी माझी रहाई असेलच.

रेशमा : आब्बा, मला सोडून जाऊ नका. केवळ नातं सांगून ओळख पटत नाही. ते माझे जन्मदाते असले तरी पण तुम्हीच मला वाढवलंत, जिव्हाळा दिलात. तुमच्याविना माझा जी लागायचा नाही. आब्बाजान, मला सोडून तुम्हाला करमेल? तुमच्या लाडक्या बेटीची आठवण यायची नाही? हा सारा दोष परिस्थितीचा आहे आब्बाजान.

अमीर : हाय अल्ला! लाडली बेटी. मेरी अच्छी बेटी. जिंदगीत थोडी का गफलत झाली? ती आणखीन वाढवतेस? भारी दमछाक झाली. आता सहन होत नाही बेटी.

श्रीकांत : *(हसतो)* अमीर, तरी सांगत होतो. छातीशी लपेटलेली मुलं

भारी तापदायक बनतात. ती म्हणते त्यात काही खोटं नाही. मला अभिमानच वाटतो माझ्या बेटीचा. अरे, आपण गवय्ये. ज्या घरी रियाज करतो, तेच घराणे सांगतो. गवयाचं खानदान ती विसरेल कशी?

अमीर : श्री!

श्रीकांत : अरे, मुसलमान ना तू! तुला कळायचं नाही. आमच्या सिद्धिविनायकाचं दर्शन घ्यायचं झालं, तर ते चतुर्भुजच घ्यावं लागतं. *(रेशमाला जवळ घेत)* या दोन हातांना तुझ्या दोन हातांचं बळ लाभलं नाही, तर ते रूप पुरं व्हायचं नाही. आता तुला कुठेही जाता यायचं नाही. इथंच राहावं लागेल. हे बंध तुला तोडता येणार नाहीत.

अमीर : इथं?

श्रीकांत : हां! ही अमानत सांभाळायची आहे ना? तूच म्हणाला होतास ना की, सारे उर्दू शेर आसवांनी भरलेले असतात. मग एक तरी अशी कहाणी घडू दे की, जी आनंदाश्रूंनी भरून जाईल. रेशमी बंधांनी बांधलेली ही नाती अशी सहजासहजी तोडता येत नाहीत अमीर!

रेशमा : *(श्रीकांतला आनंदाने बिलगते)* पिताजीऽऽ

(अमीर गडबडीने डोळे टिपतो. अमीर, बन्सी उमरकडे पाहतो.)

अमीर : अजी वो बरखुरदार! उभा का राहिलास? हा मौका असा आहे, की... *(सारे हसतात)*

श्रीकांत : बस्सऽ बस्सऽऽ! मिठाई वाटायला हवी हेच ना! बाहेर दंगल सुरू आहे आणि नवाबजाद्यांना मिठाई सुचते.

(सारे हसतात. पडदा पडतो. 'हे बंध रेशमाचे' हे गीत ऐकू येत असते.)

पंख जाहले वैरी

(तीन अंकी नाटक)

रणजित देसाई

कावळ्याच्या घरट्यात वाढलेलं
कोकिळेचं पिल्लू सुद्धा
आपला 'सूर' विसरत नाही.
पण चांगल्या घराण्यात
वाढलेली माणसं कित्येकदा
माणुसकीपासून दूर जातात.
माया, ममता त्यांना जखडून
ठेवू शकत नाही.
उदासीन पालक,
बेजबाबदार शिक्षक,
बेताल विद्यार्थी
या जगाचा गाडा
नेणार आहेत तरी कुठे ?

सावली उन्हाची

(दोन अंकी कौटुंबिक नाटक)

रणजित देसाई

...ही लग्नगाठ दोन पोलादी पट्ट्यांना केलेल्या वेल्डिंगसारखी असते.
ते दोन जीव अधिक सामर्थ्यवान बनतात, ते त्या वेल्डिंगमुळं.
जीवन कुणासाठी थांबत नाही. ते पुढं जातच असतं.
मुलं-बाळं वाढतात. जुन्यांची सोबत हरवते.
अनेक सुखदुःखाचे क्षण येतात. हे सारे बदल घडत असताना
तुम्ही मात्र एकत्र असता. त्या एकत्रपणाचा आनंद उपभोगत असता. खऱ्या
अर्थानं पृथ्वीवरचा स्वर्ग तिथंच अवतरतो.
ती एकरूपता आली, की जगात हवे तेवढे उत्पात होऊ देत,
संघर्ष वाढू देत, संसार अबाधितच राहतो.
राखेतून जन्म घेणाऱ्या फिनिक्स पक्ष्यासारखा.
ती ताकद तुम्ही मिळवलीत, की तुम्ही कुणालाही दुर्लक्षू शकता.
निंदेला हसू शकता. जोवर तुमच्या पाठीशी कुणीतरी
खंबीरपणे उभं आहे, याची खात्री असेल,
तोवर कशालाही भिण्याची गरज नाही,
कळलं?